संवाद बळीराजाशी

सकाळ प्रकाशन

सकाळ प्रकाशन

Samwaad Balirajashi

संवाद बळीराजाशी

लेखक : प्रा. डॉ. द. ता. भोसले

प्रथम आवृत्ती : ऑगस्ट २०१८

मुखपृष्ठ : संदीप देशपांडे

अक्षरजुळणी आणि
मांडणी : अश्विनी महाजन

प्रकाशक : सकाळ मीडिया प्रा. लि.
५९५, बुधवार पेठ,
पुणे ४११ ००२

ISBN : 978-93-87408-35-7

संपर्क : ०२०-२४४० ५६७८ / ८८८८८ ४९०५०
sakalprakashan@esakal.com

श्री. आशुतोष रामगीर (प्रमुख, सकाळ प्रकाशन)
आणि
श्री. आदिनाथ चव्हाण (संपादक, दैनिक ॲग्रोवन)
यांना प्रेमपूर्वक अर्पण.
त्यांच्या प्रोत्साहनामुळे आणि प्रेरणेमुळे मी लेखन करू शकलो.

मनोगत

एका मुठीएवढ्या खेड्यात माझा जन्म झाला. साठ-सत्तर वर्षांपूर्वीच्या खेड्यांत ज्या नाना गैरसोयी असायच्या, त्या साऱ्या माझ्याही गावात समाधानाने नांदत होत्या. त्यातच माझा जन्म झाला एका शेतमजुराच्या पोटी. वडिलांच्या नावे दोन एकर जमीन होती खरी; पण ती होती, उत्पन्न न देणारी आणि कोरडवाहू. अनेकदा तिच्यात पेरलेल्या बियाण्याएवढेही उत्पन्न आम्हांला मिळत नसे. त्यामुळे लोकांच्या शेतात मजुरीला जाण्याशिवाय माझ्या आईवडिलांना पर्यायच नव्हता. त्यामुळे उपासमार, दैन्य, दुःख, दारिद्र्य यांची श्रीमंती आमच्या घरात ओसंडून वाहायची. इयत्ता पाचवीला असल्यापासूनच सुट्टीच्या दिवशी त्यांच्याबरोबर मीसुद्धा मजूर म्हणून कामाला जाऊ लागलो. त्यांच्याबरोबर शेतीची सारी कामे मी केलेली आहेत. अगदी काढणी-मळणीपासून ते बांध घालण्यापर्यंत. त्यामुळे माझे नकळत भूमीशी नाते जडले. भूमीविषयी प्रेम निर्माण झाले. भूमीविषयी वाटणारा जिव्हाळा माझ्या रक्तात एकरूप झाला. माझ्या जगण्याचा तो अपरिहार्य भाग बनला. त्यामुळेच मी नोकरी लागल्यावरही शेतात रमू लागलो. शेतात राबू लागलो. शेती हे माझ्या विसाव्याचे ठिकाण झाले. आत्मिक आनंदाचा ठेवा झाले. आजघडीलासुद्धा मी शेती आणि शेतकरी यांच्या सोबतीने जगतो आहे.

भारत हा कृषिप्रधान देश मानला जातो. आजही विज्ञान व तंत्रज्ञान यांच्या युगात भूमीशी निगडित असलेल्या नागरिकांचे प्रमाण शेकडा ६८ टक्के इतके आहे. पण स्वातंत्र्य मिळून ७० वर्षे होत आली तरी या शेतकऱ्यांची परिस्थिती फारशी बदललेली नाही. दुष्काळ, गारपीट, सरकारची उदासीनता, शेतीमालाला न मिळणारी किंमत आणि वीज-पाण्याची टंचाई या साऱ्या शत्रूंनी शेतकऱ्याच्या जीवनाला जखमी केले आहे. शिवाय, वेळेवर न मिळणारे कर्ज, धार्मिक कर्मकांडाचा पगडा, परंपरेचे प्रेम यामुळे हा

बळीराजा साऱ्या समाजाचा 'बळी' झाला आहे. म्हणून या माझ्या शेतकरी बांधवांनी सुखा-समाधानाने जगण्यासाठी काय केले पाहिजे, शेती फायद्यामध्ये येण्यासाठी काय करायला हवे, नवे प्रयोग-नवी दृष्टी-नवे तंत्रज्ञान यांचा वापर का करायला हवा, येणाऱ्या अडचणींतून मार्ग कसा काढायला हवा, आणि सरकारवर अवलंबून न राहता स्वावलंबन आणि सहकार यातून कशी प्रगती साधता येईल, याचे मार्गदर्शन या माझ्या लेखांतून गोष्टीरूपाने आणि संवादरूपाने मी शेतकरी बांधवांसमोर ठेवले आहे. याच्या जोडीलाच शिक्षण, स्त्री-शक्तीचा वापर, वस्तू खरेदीतील काटकसर, धार्मिक विधींवर अनाठायी खर्च, व्यसनाधीनता, आळस, आणि वेळेचे नसलेले भान यावर लक्ष वेधले आहे. या माझ्या लेखातील विचार आत्मसात केले तर आज कर्जाच्या ओझ्याखाली आत्महत्या करणारा शेतकरी पाहावयास मिळणार नाही. यातील काही अनुभव तर शेतकऱ्यांनीच मला सांगितले आहेत. शेतीक्षेत्रातील त्यांचे अनुभव इतरांनाही नक्कीच मार्गदर्शक ठरतील, यात शंका नाही.

दैनिक ॲग्रोवन या वृत्तपत्रात माझे हे सदर सुरू असताना मला अनेकांनी फोन करून माझ्या या लेखांचे भरभरून कौतुक केले. त्यांच्या काही शंकाही ते मला विचारत असत. महाराष्ट्रातल्या चंद्रपूरपासून ते कर्नाटकातल्या मराठी भाषिक शेतकऱ्यांपर्यंतच्या शेतकऱ्यांनी लेख आवडल्याचे कळवले होते. मी लेखनात सुचवलेले काही उपाय काही शेतकऱ्यांनी अमलात आण्याचे कळवले होते. माझे हे चिंतन, निरीक्षण आणि लेखन शेतकऱ्यांच्या उंबरठ्यापर्यंत पोहोचले ते ॲग्रोवनचे संपादक श्री. आदिनाथ चव्हाण यांच्यामुळे. त्यांनी दिलेल्या प्रोत्साहनामुळेच माझे शब्द बळीराजापर्यंत पोहोचू शकले. म्हणून मी त्यांचे मनापासून आभार मानतो. तसेच श्री. सुकळकर यांचेही आभार मानतो.

या माझ्या सदर लेखनातील विचार तत्कालीन स्वरूपाचे नाहीत. ते भविष्यातही मार्गदर्शक ठरणारे आहेत. आजच्या आणि उद्याच्या शेतकऱ्यांसाठीही ते तितकेच उपयुक्त ठरतील, याची जाणीव झाल्यामुळे सकाळ प्रकाशन विभागाचे प्रमुख आणि माझे मित्र श्री. आशुतोष रामगीर यांनी अग्रक्रमाने व तितक्याच आत्मीयतेने ते पुस्तकरूपात सिद्ध केले. त्यांच्या या प्रोत्साहनामुळे माझ्या लेखणीला ऊर्जा प्राप्त झाली. म्हणून मी त्यांचेही मनापासून आभार मानतो. प्रकाशन विभागातील ऐश्वर्या कुमठेकर यांचेही मला चांगले सहकार्य मिळाले. मुखपृष्ठ करणारे श्री. संदीप देशपांडे यांचेही मी आभार मानतो.

शेतकऱ्यांच्या सर्वांगीण प्रगतीसाठी मी केलेली ही वाङ्मयीन धडपड त्यांना आवडेल, अशी आशा व्यक्त करतो.

– द. ता. भोसले

अनुक्रमणिका

मरणाला शरण जाऊ नका...

बऱ्याच दिवसांपासून जायला जमले नाही म्हणून दिवाळीनंतर मी माझ्या बहिणीच्या गावी गेलो होतो. मध्यंतरी ती बरीच आजारी होती आणि माझ्या भाच्याने येण्यासाठी दोन-तीनदा फोनही केले होते. मंदपणे वाढत चाललेला गारठा, सौम्य होत चाललेला सूर्यप्रकाश आणि मंद पावलांनी साऱ्या चराचराला कवेत घेणारा अंधार यांच्या साक्षीने मी भाच्याच्या घरी पोहोचलो. गावाला लागूनच असलेल्या शेतात त्याने छोटेसे घर बांधले होते. नोकरीचे काही जमत नाही म्हटल्यानंतर तो आपल्या बापाबरोबर शेतातच राबत होता. गावाला लागून एक बंधारा असल्याने जवळजवळ निम्याहून अधिक शेतकऱ्यांनी विहीर बागायत केलेल्या होत्या. जवळजवळ सारेच शेतकरी अल्पभूधारक. चार-सहा एकरांचे मालक. त्यातच वर्षाला पुरेल इतकी ज्वारी, गहू, मका करायचे आणि उरलेल्या शेतात कांदा, टोमॅटो, वांगी आणि इतर भाजीपाला करून तो बाजारात विकायचा. दरमहा लागणारा संसार-खर्च ते त्यातून मिळवत.

बहिणीच्या आजारपणाची चौकशी केली. इतरही गप्पाटप्पा झाल्या. जेवणखाण झाल्यावर अंगणात घोंगडी टाकून आम्ही शेतीभातीच्या, पीकपाण्याच्या, शेतमालाला मिळणाऱ्या दराच्या अशा गप्पा मारत असतानाच शेजारपाजारचे आणि मी आल्याचे समजल्याने मला भेटायला येणारे दहा-पंधरा शेतकरी अंगणात विसावले. गप्पांच्या ओघात मी सहज बोलून गेलो, ''आम्हा शहरवासीयांची भाजीपाल्याच्या बाबतीत सध्या चंगळ आहे. पिशवीभर भाजीला पूर्वी शंभर रुपये मोजावे लागायचे. आता तेवढाच भाजीपाला आम्हांला केवळ पंचवीस-तीस रुपयांत मिळतो.'' त्यावर माझ्या चांगल्या ओळखीचे माजी उपसरपंच म्हणाले, 'अहो, त्यामुळेच तर आमचं मरण आलंय. एखाद्याला लवकर मरायचं असेल तर त्यानं शेती करावी बघा.''

त्याला दुजोरा देत दुसरा गडी म्हणाला, "सायेब, आमच्या गावात जवळजवळ प्रत्येक जण कांदा, टोमॅटो, वांगी करतो, चार पैसे घरखर्चाला मिळावेत यासाठी; पण सध्या आमच्या टोमॅटोला कुणी कुत्रं खाईना. बियांचे पैसेसुद्धा त्या विक्रीतून येत नाहीत. त्यालाही फवारणीचा, काटक्या बांधणीचा, खुरपणीचा खर्च आहे. मजुरी कमी नाही. पण हा खर्चदेखील त्यातून निघेनासा झालाय. तुम्हांला जेव्हा पाच रुपये किलोने दर मिळतो, तेव्हा शेतकऱ्याला निम्मा दरदेखील येत नाही. दर नाहीत म्हटल्यावर आम्ही सिझन बदलला. लांब-लांबच्या शहरात तो पाठवून पाहिला. दिवसभर उन्हात बसून किरकोळ विक्री करून बघितली. पण दर मिळाला नाही. शेतातला माल तोडून बाजारात नेणं परवडत नाही म्हणून मी माझा सगळा टोमॅटो शेतातच कुजवला. त्याची माती-माती केली. काही गावकऱ्यांनी तो रस्त्यावर फेकून दिला. कुणी लोकांना फुकट वाटला. त्यात एक-दोन वर्षांनी पाहुण्यासारखा दुष्काळ येतोच आहे. कसं जगायचं आम्ही... शेती सोडून द्यायची म्हटली तरी दुसरा उद्योग करता येत नाही; कारण पैसा नाही, तेवढं ज्ञान नाही."

इतरांनीही अशाच कडवट प्रतिक्रिया सांगितल्या. त्यावर मी म्हणालो, "तुमचं हे सारं खरं. पण त्यातून मार्ग काढला पाहिजे. तुम्ही साऱ्यांनी एकत्र येऊन टोमॅटो सॉस तयार करण्याचा उद्योग केला पाहिजे. शिकलेल्या दोन पोरांना शहरात ट्रेनिंगला पाठवा. सहकारी बँकेचे कर्ज काढा आणि या सर्वांचे टोमॅटो एकत्र करून सॉस तयार करा. एका बाटलीला शंभर रुपये म्हटलं तरी लोक देतात. हॉटेलवाले, मिलिटरीतील सैनिक आणि कारखाने चालवत असलेल्या कँटीनशी संपर्क साधला तर विक्रीचाही प्रश्न येणार नाही. माझ्याबरोबर शिकलेली दोन पोरं पाठवा. त्यांच्या ट्रेनिंगची सारी व्यवस्था करून देतो. लोकहो, मरणाला शरण जाऊ नका. तुम्ही मरणालाच शरण आणा. अन् यातून ते नक्की होणार बघा... मी शब्द देतोय."

त्यावर एक शेतकरी म्हणाला, "इतर शेतमालाचं काय करायचं?"

मी म्हणालो, "आता पारंपरिक शेती करून चालणार नाही. त्याला कृषिउद्योगाची जोड दिली तरच शेती परवडेल. आले विकण्याऐवजी त्याची सुंठ तयार करून विका. आवळा विकण्याऐवजी त्याचा च्यवनप्राश तयार करा. डाळिंबाचा रस कोकाकोला पेयाप्रमाणे विका. प्रत्येक शेतमालावर असा उद्योग करता येण्यासारखा आहे. तो केला तरच शेतीतून चार पैसे मिळतील. आणि मग कर्जापोटी आत्महत्या करावी लागणार नाही."

त्यावर सर्वांनी टाळ्या वाजवून या सूचनेचा स्वीकार केला.

मातीला सशक्त करा...

कृषी खात्यात वरिष्ठ पदावर असलेला आणि माझा हायस्कूलमधला जीवाभावाचा मित्र रामराव पाटील त्याच्या ऑफिसच्या कामानिमित्ताने आमच्या भागात आल्यावर माझ्या घरी आला. दुसऱ्या दिवशी रविवारची सुट्टी असल्याने आणि त्यानेही इच्छा व्यक्त केल्यावर आम्ही आमच्या गावाकडची शेती बघायला गेलो. गावाला दुथडी भरून वाहणारी नदी असल्याने आणि अलीकडेच त्यावर बंधारा बांधल्याने गावशिवाराला पाणी कधी कमी पडले नाही. गावालाही अशी पाण्याची श्रीमंती असल्याने जवळजवळ साऱ्याच शेतकऱ्यांनी उसाशिवाय दुसरे पीकच घेतले नाही. रिकामा वेळ यात्राजत्रा करण्यात, राजकारण करण्यात, एखाद्या पुढाऱ्याच्या कासोट्याला धरून भटकण्यात किंवा देवळाच्या पारावर चार-सहा तास लोळण्यात सारी मंडळी खर्च करत असतात.

माझ्या शेताबरोबरच इतर चार शेतकऱ्यांच्या ऊसशेतीला रामरावने भेट दिली. माझ्या चुलत्याचा ऊस पाहून झाल्यावर आम्ही त्यांच्या वस्तीवर चहा घेण्यासाठी म्हणून गेलो. तेव्हा ते काळजीच्या सुरात म्हणाले, ''पाटीलसाहेब, आमच्या या शिवारानं पान्हा चोरायला सुरुवात केली आहे. उत्पन्न देताना जरा हात आखडता घेतल्यासारखा झालाय. दहा-बारा वर्षांपूर्वी माझ्या याच शेतात एकरी सत्तर-पंच्चाहत्तर टनांचा उतारा पडायचा. तोच आता चाळीस टनांपेक्षाही कमी आलाय. बरं कशात काटकसर करत नाही. भरपूर वरखतं घालतोय, युरियाचा डोस देतोय. पाणी कमी पडतंय म्हणावं, तर दर तीन-चार दिसाला पाणी असतंय; तेही सरी काठोकाठ भरून फुटून जाण्याइतपत. बेणंसुदिक तुमच्यासारख्यानं सांगितलेलं नव्या पद्धतीचं असतंय. एवढं सारं असूनसुदिक ऊस काय उभारून आला नाही. टीबी झालेल्या माणसाच्या झिजलेल्या बरगड्या दिसाव्यात तसा हा माजा ऊस काटकीवानी दिसतोय. कशामुळं असं व्हतंय हेच मला कळंनासं झालंय बघा.''

चहा पिता-पिता रामराव माझ्या चुलत्याला म्हणाले, ''बापू, तुमचं सगळंच चुकतंय. तुमचंच नव्हे, तर ऊस पिकवणाऱ्या साऱ्या शेतकऱ्यांचंच चुकतंय. प्रकृती सुधारावी म्हणून तुम्ही रोज अंगाला अर्धा पावशेर तूप चोळत बसलात तर तुमची प्रकृती सुधारेल का? तूप पोटात गेलं पाहिजे, कातडीला नको. तसंच तुम्ही जर प्रकृती धष्टपुष्ट होण्यासाठी दर तीन-चार तासांनी गळ्याला येईपर्यंत जेवत बसलात तर प्रकृती सुधारणार नाही, उलट आणखी बिघडेल. दर तीन दिवसांनी दिलं जाणारं पाणी आणि पोत्यापोत्यांनी घातलेला युरिया यामुळेच तुमच्या उसाला टीबीचा रोग झालाय. हा क्षयरोग पार मुळापासून नष्ट करायचा असेल तर आधी माती परीक्षण केलं पाहिजे. तिला नेमकी कशाची गरज आहे हे बघितलं पाहिजे. शिवाय, ऊठसूट वरखतं घालून तुम्ही जमिनीचं पार मातेरं करून टाकताय. त्याला शेणखत घातलं पाहिजे. सेंद्रिय खतं घातली पाहिजेत. वरखतं ही टॉनिकसारखी असतात नि असली पाहिजेत.''

बापू मध्येच हात आडवा करत म्हणाले, ''सायेब, उसाला भरपेट पाणी नको? पाण्याशिवाय ऊस येणारच नाही.''

पाटीलसाहेब म्हणाले, ''अशा गुडघा-गुडघा पाण्यानं जमिनी बाद होतात. पिकं बाद होतात. ड्रीपने पाणी दिल्यावर उसाचं टनेज वाढतंय. शिवाय, वाफा पद्धतीने आपण ऊस लावला पाहिजे. बेणंही कमी लागेल आणि उत्पन्नही वाढेल. तुमच्या घरात आठ-दहा लेकरं असतील तर सगळीच कुपोषित होतील. पण दोनच असतील तर धष्टपुष्ट होतील. वाफा पद्धतीनं उसाला भरपूर अन्नपाणी मिळतं. हवा खेळती राहते. याशिवाय आणखी एक सल्ला मी देईन. तुमच्याकडे भरपूर गाई-म्हशी आहेत. त्यांचं मूत्र साठवून ते जर बुडाशी घातलं तर ऊस मनगटाइतका मोठा झाल्याशिवाय राहणार नाही. मातीला सशक्त करा. तुमचा ऊस आपोआप सशक्त होईल.''

''ऊस लागणीच्या आधी मी थोडं शेणखत घातलं होतं हो!'' बापू म्हणाले. तेव्हा रामराव म्हणाले, ''तीन घोट दूध पिऊन जशी प्रकृती सुधारत नसते, तसेच हे आहे. लागणीपूर्वी आधी मातीचं परीक्षण करून कोणता घटक कमी आहे, हे पाहिलं पाहिजे आणि त्याप्रमाणे खत घातलं पाहिजं. मातीची सुपीकता वाढवल्याशिवाय, ती कसदार झाल्याशिवाय शेतीउत्पन्न वाढणार नाही. त्यासाठी ताग गाडणे, गांडूळखत घालणे, लिंबोळी खत घालणे यावर भर दिला पाहिजे. तो तुम्ही देत नाही. म्हणून ऊस बारीक होतोय.''

''ठीक आहे. आता नवा ऊस लावताना मी याचप्रमाणे लावेन.'' असे बापूने सांगितले आणि आम्ही एकमेकांचा निरोप घेतला.

पैशाचे वास्तव

कॉलेजच्या दुसऱ्या वर्षाला शिकणारा दिनेश आमच्या घराचा एक अविभाज्य घटक बनला होता. हुशार, नम्र, अगत्यशील आणि कोणतेही काम प्रेमाने करणारा तो एक आज्ञाधारक विद्यार्थी असल्याने आमच्या घरात तो पूर्णपणे सामावून गेला होता.

''सर, म्हसोबाचा नवस फेडण्यासाठी घरी दोन बोकड कापणार आहेत. आमच्या तात्यानं तुम्हांला आग्रहानं बोलावलं आहे. काहीही करून मला घेऊन यायला सांगितलं आहे. कृपया थोडा वेळ काढून चार घास खाण्यासाठी माझ्या घरी तुम्ही यावं, अशी माझीही आग्रहाची विनंती आहे.'' असं तो पुनःपुन्हा सांगत होता. शेवटी होकार देऊन मी त्याच्या घरी जेवायला गेलो. जेवायला गावातली, नातेवाईक आणि परगावची अशी शंभरएक माणसे आली होती. दोन बोकडांची खरेदी, गहू, ज्वारी, तेल, तिखट आणि आहेर यासाठी दिनेशच्या वडिलाने म्हणजे तात्याने सुमारे पन्नास-पंचावन्न हजार रुपये खर्चले होते. दोन बोकडांची खरेदीच चाळीस हजारांची आहे, असे मला दिनेशने सांगितले.

जेवणावळी संपल्यावर थोडासा निवांतपणा मिळताच त्याच्या वडिलांशी मी गप्पा मारल्या. बोलता-बोलता मी सहज म्हणालो, ''चांगलाच खर्च केलाय तुम्ही. एवढ्या खर्चात गरिबाचं लग्नसुद्धा झालं असतं की!'' त्यावर प्रसन्न मुद्रेने तात्या मला सांगू लागले; म्हणाले, ''सर, यंदा कांद्यानं तुफान पैसा दिला. आयुष्यात जेवढा मिळाला नसेल तेवढा पैसा कांदा-विक्रीतून मिळाला. शिवाय कारखान्याला गेलेल्या उसाचं पेमेंटही भरगच्च आलं. ही सारी कृपा म्हसोबारायाची. म्हणून त्याच्यासाठी ढिला हात करून चार पैसे खर्च केले. शिवाय लग्न झालेल्या पोरीचा आणि जावयाचा मानसन्मान केला. दोन तोळे सोनं घातलं. भारी कपडे केले. दिनेशच्या आईसाठीही पंधरा-वीस हजारांचे कपडे घेतले. माझ्यासाठी एक नवी मोटारसायकल घेतली. जुन्या भंगार गाडीचा खूप वैताग यायचा चालवताना.''

तेवढ्यात तात्यांचा चुलतभाऊ म्हणाला, "तात्या, तुझ्या दारू-मटणाचा आणि चैनमौजेचा खर्च चोरून ठेवतो काय? त्यासाठी झालेला खर्चही सांगून टाक. आपला पैसा आपल्यासाठीच खर्च करताना लाज कशाची?"

या पार्टीवर होणारा खर्च मी अंदाजाने ताडला. त्या वेळी मी काही बोललो नाही. पण परतीच्या प्रवासात विचार आला... हातात भरपूर पैसा आला की, तात्यांप्रमाणे अनेक जण या पद्धतीनेच तो खर्च करतात. पैशांची ऊब त्यांना जमिनीवर पाय ठेवू देत नाही. खोटी प्रतिष्ठा आणि खोटा मोठेपणा यासाठी प्रत्येक ग्रामीण माणूस भविष्याचा विचार न करता पाण्यासारखा पैसा खर्च करतो. एखादं वर्ष वाईट आलं तर त्यासाठी कुणी नियोजन करत नाही. अधिक उत्पन्न येण्यासाठी या पैशाचा विचारपूर्वक वापर कुणी करत नाही. दुष्काळाला तोंड देण्यासाठी आपल्याजवळ चार पैसे असावेत, कुणाला मागायला लागू नये, असा विचार यांच्या मनात येत नाही. उद्या घरातली म्हातारी किंवा म्हातारा आजारी पडला नि त्यांना मोठ्या दवाखान्यात ठेवावे लागले, तर त्यासाठी खूप खर्च करावा लागेल. तो आत्ताच काटकसरीने साठवावा असे कुणाला वाटत नाही. नवससायास फेडण्यासाठी आणि देवाची अवकृपा होऊ नये म्हणून एवढा खर्च करण्याची गरज नाही, असेही कुणाला वाटत नाही. म्हसोबाच्या कृपेने कांद्याला भाव आलेला नाही, हे त्यांना केव्हा कळायचे? असली ही उधळमाधळ करणारी माणसे सारा पैसा संपल्याशिवाय शांत बसतच नसावीत. उद्या पोराच्या शिक्षणाला पैसा नाही असे सांगायलाही ती कमी करत नाहीत. माझ्या मनात विचार आला की, पैसा मिळवणे जितके अवघड, तितकाच तो टिकवणे अधिक अवघड असते. पैसा माणसाला जसा जोडतो, तसाच तो माणसांना तोडतोही. याचा मला सहा महिन्यांतच अनुभव आला.

एके दिवशी दिनेशबरोबर तात्या माझ्याकडे आले नि हात जोडून कळवळून म्हणाले, "सर, दवाखान्याचं बिल भरण्यासाठी मला वीस हजारांची मदत करा. फार उपकार होतील तुमचे. माझ्या जवळच्या सगळा पैसा असाच संपला बघा. आता म्हातारीच्या आप्रेशनसाठी मोठा खर्च करावा लागेल. माझं चुकलंच बगा. इथून पुढं मी असा वागणार नाही. तुमच्या पायाची शपथ घेतो मी." मग मीही त्यांना नाराज केले नाही.

पाच बोटांची शेती...

आमच्या टाकळीला असलेल्या शेतीला लागून दत्ता हाके याची दोन-अडीच एकर शेती आहे. या छोट्याशा तुकड्यावरच त्याची पाच मोठी व दोन लहान अशा सात माणसांचा संसार, तोही टामटुमीत चालतो. जिद्द, कष्ट आणि व्यवहारज्ञान या तिन्हींचा सुंदर संगम त्यांच्या संसारात दिसून येतो. बोअरला पाणी अपुरे असल्याने नीरा कॅनॉलचे पाणी आले की, हा दत्ता वीस फूट बाय पंचवीस फुटाचा दगडी हौद गच्च भरून घेतो. झरे आटलेल्या कोरड्या विहिरीत कॅनॉलचे पाणी साठवतो आणि पोटापुरते धान्य, कांदा, लसूण पिकवतो. पण येणारे उत्पन्न व खर्च यांचा ताळमेळ बसेना म्हटल्यावर त्याने आपले उत्पन्न वाढवण्याचे नाना उपाय केले. माझ्या मदतीने अनेक उपक्रम राबवले. निसर्गाची अवकृपा, शेतमालाला मिळणारा मातीमोल दर, आणि सरकारची उदासीनता याचे रडगाणे न गाता त्याने व त्याच्या धाकट्या भावाने शेतीला पूरक असे उद्योग सुरू केले आणि आपले उत्पन्न वाढवले. शेतातील कमाई सात माणसांना पुरत नाही, हे लक्षात आल्यावर त्याने दूधविक्रीचा धंदा सुरू केला. स्वत:चे थोडेसे पैसे व माझ्याकडून थोडेसे पैसे घेऊन त्यातून त्याने म्हैस विकत घेतली. दुधाच्या रतिबातून माझे पैसे फेडले. बँकेतून कर्ज घेतले असते तर व्याज द्यावे लागले असते. हप्ता थकला की बँक व्याजावर व्याज उभारते. हा सारा पैसा त्याने वाचवला. शिवाय, म्हशीमुळे शेताला चांगले शेणखतही मिळाले. त्यामुळे शेणखत विकत घ्यायचे पैसे त्याने वाचवले. तो एवढ्यावरच थांबला नाही. म्हशीने अर्धवट खाऊन टाकलेला चारा-वैरण उकिरड्यावर टाकण्यापेक्षा तिचा वापर व्हावा म्हणून त्याने दोन शेळ्या खरेदी केल्या. झाडपाला, खुरपणीचे गवत, बाभळी-पिंपळाच्या फांद्या यावर त्याने शेळ्या सांभाळल्या. या दोन्ही शेळ्यांपासून घरासाठी तो थोडेसे दूध घेई. म्हणजे हा खर्च वाचला. या शेळ्यांना दर सहा महिन्यांनी दोन-दोन पिल्ले झाली. म्हणजे

एका वर्षांत दोन शेळ्यांची चार पिल्ले झाली. या पिल्लांना चांगले खाऊ-पिऊ घालून सहा महिन्यांत त्यांना चांगले तरावट करी. या चार पिलांचे त्याला वर्षाकाठी वीस-बावीस हजार रुपये मिळू लागले. हे सारे पैसे तो अडीनडीला उपयोगी पडावेत म्हणून बाजूला ठेवत असे. प्रसंगी बँकेत मुदत ठेव करी. घरातल्या बायकांना राजी करून दहा कोंबड्या खरेदी केल्या. त्यांचे दाणापाणी दोन्ही बायकांनी करायचे आणि अंडी विकून त्यांनी त्यातला अर्धा हिस्सा घ्यायचा असे ठरले. बायकांनाही स्वत:साठी पैसा मिळाला आणि रोजच्या तेलामिठाच्या खर्चासाठी कुणाला मागायला नको.

दत्ता हाके आणि त्याचा धाकटा भाऊ इतके कल्पक आणि सुपीक डोक्याचे, की त्यांनी आपल्या शेतीच्या बांधावर नव्या जातीचा शेवगा लावला. म्हणजे बांधाची जमीन वाया गेली नाही, आणि शेवग्याच्या शेंगांच्या विक्रीतून उत्पन्नात भरही पडली. हे काहीच नाही, या दोघांनी या शेवग्यांच्या बुडाशी पावट्याच्या बिया टोचून त्यांचे वेल त्या शेवग्यावर चढवले. या पावट्याला खत-पाणी काहीच न करता त्याला त्यातून उत्पन्न मिळाले. माझ्या घरातल्या कुंड्यांना त्याने स्वत:हून पोयट्याची सुपीक माती आणि लेंडीखताच्या किलो-किलोच्या पिशव्या आणून घातल्या. कुंडीतील गुलाबापासून सगळीच फुलझाडे तरारली. पानाफुलांनी मुसमुसली. त्याचा हा प्रयोग इतका यशस्वी झाला, की शहरातल्या तीन कॉलनीतल्या प्रत्येक घरातील आठ-दहा कुंड्यांना तो आता पोयटा माती आणि लेंडीखत विकत असतो. दूध विक्रीसाठी येतानाच तो ही माती आणि खत आणतो. आमच्या घरी दूध घालायला आल्यावर त्याने त्याचा हा पराक्रम सांगितला व म्हणाला, ''आता हौदातल्या पाण्यातही माशांची पिल्ले आणून सोडणार आहे. सर, एका बोटानं फारसं तूप निघत नाही. त्याला पाचही बोटांची गरज आहे. शेतीला पाचही अंगांनी भिडल्याशिवाय शेतकरी सुखी होणार नाही. आनंदानं जगणार नाही.''

स्वच्छतेसाठी गावाचा होकार

समाधान पवार हा माझा कॉलेजचा विद्यार्थी. पदवीनंतर त्याने आपले गाव सुधारण्यासाठी पुढाकार घेतला. जात्याच नेतृत्वगुण असलेला, समाजसेवेचा वारसा घरातूनच मिळालेला, मनावर घेतलेली गोष्ट तडीस नेणारा आणि बऱ्यापैकी लोकसंग्रह असल्याने त्याच्या गावाने त्याला सरपंचपदी बसवले. बिनविरोध तो सरपंच झाल्याने आणि इतर सदस्यही त्याच्याच वयाचे आणि समविचारी असल्याने त्याने आपल्या गावाची सुधारणा करताना सर्वप्रथम तीन गोष्टींवर भर दिला. प्राथमिक शाळेतील मुलांची शैक्षणिक गुणवत्ता सुधारण्यासाठी शिक्षकांच्या मदतीने अनेक उपक्रम सुरू केले. त्याने शाळा गावात आणली आणि गाव शाळेत आणले. नंतर त्याने गावातले सारे रस्ते सिमेंटचे तयार केले आणि चौकाचौकांत विजेचे दिवे बसवले. या दोन सुधारणांनंतर त्याने ग्राम स्वच्छतेवर अधिक लक्ष केंद्रित केले. त्यासाठी आधी त्याने साऱ्या गावकरी मंडळींची सभा आयोजित केली आणि त्यांचे प्रबोधन करण्यासाठी मला आणि समाजकल्याण व आरोग्य खात्याचे अधिकारी यांनाही आमंत्रित केले.

या दोन्ही अधिकाऱ्यांनी 'घर तेथे शौचालय' या योजनेची माहिती दिली. गावाला हव्या असलेल्या शुद्ध पाण्याची योजना आणि त्याला मिळणारे अनुदान यांची माहिती दिली. आजारावर वारेमाप खर्च करण्यापेक्षा आजार होऊ नये याचीच काळजी घेतली तर ते फायद्याचे ठरते. सरकारच्या आरोग्यविषयक सोयी सवलती, बालकांसाठी व गर्भवती मातांसाठी असलेल्या योजना सांगून त्यांचा लाभ घेण्याचा आग्रह केला. त्यावर एक धीट गावकरी म्हणाला, "सायेब, तुमच्या योजना चांगल्या असतात. पण त्या कागदावर राहतात. त्याची वेळेवर आणि गरजूंसाठी नीटपणे अंमलबजावणी होत नाही. एखादी अडलेली बाई किंवा खूप आजारी असलेला म्हातारा तुमच्या सरकारी दवाखान्याला नेला तर दोन तास

झाले तरी त्याच्या अंगाला हात लागत नाही. शिवाय उपचार करणारे डॉक्टरच दवाखान्यात नसतात. माणूस मेल्यावरच ते येतात.''

यावर नव्याने केलेल्या उपाययोजना त्यांनी गावकऱ्यांना सांगितल्या. नंतर समाधान पवारने मला थोडा वेळ मार्गदर्शनपर बोलायला सांगितले. मी गावकऱ्यांना म्हणालो, ''स्वच्छतेच्या आपल्या कल्पनाच पार चुकीच्या आहेत. आपण घरातला केर अंगणात टाकतो आणि अंगणातला केर रस्त्यावर टाकतो. झाली आपली स्वच्छता. प्लास्टिकचा गोळा गटारीत टाकतो किंवा उकिरड्यावर फेकतो. गाईगुरे तो खातात आणि मरतात, याची आपल्याला तमा नसते. तंबाखू, गुटखा किंवा पानविडा खाऊन आपण रस्त्यावर पचापचा थुंकतोच; पण उठायचं जिवावर येतं म्हणून घराचे कोपरे किंवा घरासमोरचे अंगण यांच्याबरही तोंडाने थुंकीची चित्रकला काढतो. केळीची सालं, भाज्यांचे देठ, शेंगांची टरफलं, ताटातलं खरकटं नासून दुर्गंधी पसरते, पण त्यांना तुडवूनच आपण ये-जा करत असतो.

गाव जवळ आल्याचे आपल्याला घरा-शिखरांवरून कळत नाही; तर उघड्यावर बसलेल्या शौचामुळे ते कळते. साऱ्या गावाभोवती ही घाण पसरलेली असते. त्यातूनच गावातल्या स्त्रिया रोज जा-ये करतात. प्रत्येक घरात जशी चूल असते, देव्हारा असतो, तसे शौचालय असले पाहिजे. घर तिथे शौचालय असेल तर निम्मे आजार कमी होतील. तुमच्या बायकांच्या अंगावर चार तोळे सोने असते. पण चार-सहा हजार रुपये खर्चून शौचालय बांधावेसे वाटत नाही. याशिवाय, पिण्याच्या पाण्यामुळे आपणास निम्मे रोग होतात. कसलेही पाणी, कसल्याही हाताने नि भांड्याने आपण पितो. आता साऱ्या गावासाठी सरपंचाने पुढाकार घेऊन फिल्टरच्या पाण्याची सोय करावी. वीजबिलापोटी प्रत्येकानं चार-दोन रुपये दिले तर दिवसभराचं शुद्ध पाणी मिळेल. तेव्हा, प्रथम शुद्ध पाण्याची सोय करा. शौचालय बांधा नि सारा गाव स्वच्छ करण्याची शपथ घ्या. तरच तुमचे आरोग्य नीट राहील. आयुष्य समाधानाने जगता येईल.'' टाळ्यांच्या गजरात गावाने होकार दिलेला पाहून आम्हा सर्वांनाच आनंद झाला.

मुलीचे समाधान

माझे जवळचे नातेवाईक असलेले प्रतापराव मोहिते हे एकदा अचानकच माझ्या घरी आले. बरोबर त्यांची बारावीला शिकणारी मुलगीही होती. पेढ्याचा पुडा समोर धरून मला ते म्हणाले, ''अण्णासाहेब, मालती बारावीच्या परीक्षेत चांगल्या गुणांनी उत्तीर्ण झाली. तुम्हांला पेढे द्यावेत आणि तुमचा जरा सल्लाही घ्यावा, यासाठी आम्ही आलो आहोत.''

मुलीच्या हातावर पेढा ठेवून मी तिचे अभिनंदन केले आणि तिला विचारले, ''पुढं काय करायचं ठरवलं आहेस? तुला काय वाटतं?''

ती वडिलांकडे चोरट्या नजरेनं बघत म्हणाली, ''मला पुढं शिकायचं आहे. स्वत:च्या पायांवर उभं राहण्याइतकं शिकायचं आहे. पण आईबाबांचं मत वेगळंच आहे. तुम्हीच सांगा तुम्हांला काय वाटतं ते.''

त्यावर प्रतापराव मला म्हणाले, ''सायेब, पोरीच्या जातीला पोटापुरतं शिक्षण बास झालं. आता परगावी पाठवायला नको वाटतं. एकटी राहणार ती. तुम्ही बघताच आजकालची गुंडगिरी, छेडाछेडी, विनयभंग आणि अत्याचार; याच बातम्यांनी रोजचा पेपर भरलेला असतो. त्यापेक्षा तिचे हात पिवळे करून टाकावेत. तिच्यासाठी चांगलं स्थळही बघितलंय आम्ही. पोराच्या घरची श्रीमंती आहे. घराणं खानदानी आहे. पोरगा राजकारणात नाव काढणारा आहे. गावच्या दूध डेअरीचा चेअरमन आहे. आपल्या आमदारांच्या विश्वासातला आहे. अशा घरी आपली मुलगी गेली म्हणजे आईबापाचा घोर मिटतो. ओल्या चाऱ्याच्या ढिगाऱ्यावर गाईला बांधावे, असला हा मामला आहे. शिवाय पोरीचं लग्न ही वेळच्या वेळी करायची गोष्ट आहे. वय वाढल्यावर फार गुंतागुंती वाढतात बघा. तरीही आपल्याला काय वाटतंय ते सांगा. त्यासाठी तर मुद्दाम आज आलोय आम्ही.''

थोडं थांबून मी प्रतापरावांना म्हणालो, ''प्रतापराव, मी सांगतोय ते पटतंय का बघा. गैरसमज करून घेऊ नका. जुन्या परंपरा आणि प्रथा, आपली खानदानी प्रतिष्ठा आणि मुलीकडे पाहण्याचा आपला दृष्टिकोण यांचा आता त्याग केला पाहिजे. मुलाला शिकवायचं आणि मुलीला घरी बसवायचं, हा विचार आजच्या जमान्यात पार चुकीचा आहे. कर्तबगार मुलगी दोन्ही घरचा दिवा असते. दोन्ही घराला मोठेपणा देते. आजच्या जगात मुलाइतकेच नव्हे, त्यापेक्षा अधिक कर्तृत्व, अधिक यश मुली मिळवतात. लष्करी सेवेपासून ते संशोधनापर्यंत आणि राजकारणापासून ते समाजकार्यापर्यंत या शिकलेल्या मुलींनीच नेत्रदीपक कामगिरी केलेली आज आपण पाहतो आहोत. तिच्या ठायी उपजतच पुरुषांपेक्षा अधिक चांगले गुण असतात. सेवा, समर्पण, चिकाटी, धारा, आणि धैर्य यात ती जराही कमी नसते. उलट, पुरुषापेक्षा हे गुण तिच्या ठिकाणी अधिक असतात. तिची इच्छा आहे तर तिला पुढे शिकू द्या. तिच्या आवडीच्या क्षेत्रात ती चमकली, तर घराची प्रतिष्ठा वाढेलच; पण समाजाचाही फायदा होईल. ती शिकली तर समाजात वागायचं कसं आणि जगायचं कसं याचं ज्ञान तिला मिळेल. धनसंपत्तीचा ओला चारा असलेल्या घरात गेली तर तिची बुद्धिमत्ता वाया जाईल. स्वयंपाकघरातच ती अडकून पडेल आणि खानदानी प्रतिष्ठा सांभाळण्यातच तिचं आयुष्य संपून जाईल. माणसानं संपत्तीची नासधूस केली तरी चालेल, पण आपल्या बुद्धिमत्तेची नासधूस केली, तर ते पाप ठरेल. तुम्हांला माझा अनुभव म्हणून सांगतो, आपल्या म्हातारपणी आपली काळजी घेताना मुलगा टाळाटाळ करेल, दुर्लक्ष करेल; पण मुलगी मात्र आपल्या वयोवृद्ध मातापित्यांना अधिक चांगली आणि प्रेमाने सांभाळते. त्यांच्यासाठी खस्ता खाते.

''प्रतापराव, माझं ऐका तुम्ही. तुमच्या मालतीला कृषी महाविद्यालयात पाठवा. आवडीच्या क्षेत्रात संशोधन करून ती नाव कमवेल. त्या संशोधनाने तुम्हा-आम्हा शेतकऱ्यांचा फायदा होईल. अगदीच काही जमलं नाही तर विवाहानंतर ती तिच्या शेतीचं उत्पन्न चौपट वाढवल्याशिवाय राहणार नाही. स्त्रीनेच शेतीचा शोध लावला आहे. स्त्रीच शेतीला म्हणजे भूमीला वैभवाप्रत घेऊन जाईल. स्त्री आणि भूमी यांचं नातं सनातन आहे. सर्जनात्मक आहे.''

माझे म्हणणे प्रतापरावांना पटले. आपल्याच वडिलांकडे चोरट्या नजरेने बघणाऱ्या मुलीच्या नजरेत आता समाधान दिसत होते.

दारूच्या गुंत्यातून दुर्दैवी सुटका

मला आरेवाडीला घेऊन जाणारी बस चावडीसमोर थांबते न थांबते तोच, मला एका परीने चांगली; पण त्याचबरोबर चकित करणारी गोष्ट पाहायला मिळाली. सुमारे पंधरा-वीस माता-भगिनी हातात फलक घेऊन ग्रामपंचायतीसमोर आवेशाने नि मोठमोठ्याने घोषणा देत होत्या. 'गावातली दारू बंद करा. दुकाने बंद करा. दारूच्या भट्ट्या बंद करा. गरिबाच्या संसारात माती कालवू नका. आम्हा बहिणींची तुम्ही लाज राखा.' अशा घोषणा त्या देत होत्या. हातातले फलकही तेच सांगत होते. मला न्यायला आलेल्या दिनेशला हळू आवाजात मी विचारले, "काय रे दिनेश? काय प्रकार आहे हा?"

तो म्हणाला, "सर, गेल्याच आठवडी या गावठी दारूने गावातल्या एकाचा बळी घेतलाय. आमचा हा शंकर नेहमी पितोच; पण त्या दिवशी त्यानं कडेलोट केला. पी, पी, प्यायला आणि झोकांड्या खात रात्री घरी आला. त्याची ही अवस्था पाहून पोरं घाबरली. बायकोनं अंगणातच झोपायला सांगितल्याचा त्याला राग आला आणि एखाद्या जनावराला झोडपावं तसं त्यानं बायकोला मारलं. घाणेरड्या शिव्या दिल्या. 'मी घराचा मालक आहे. तूच घराबाहेर जा. मला तुझी गरज नाही,' म्हणत तिचं मानगूट पकडून लाथाबुक्क्यांनी मारत तिला हाकललं. लपून बसलेली दोन्ही पोरंही बाहेर पडली. दारूच्या नशेत त्यानं दार बंद केलं आणि सिगारेट पेटवण्यासाठी जी काडी पेटवली होती, ती त्याच्या धोतरावर पडून धोतरानं पेट घेतला अन् त्यातच तो जळून गेला. दाराला कडी असल्याने सकाळी नऊ -दहापर्यंत कुणाला काहीच कळलं नाही. दार तोडल्यावर हा प्रकार समजला.

"सर, आमच्या गावात अशा घटना सारख्या घडतात. गावातच नव्हे, आपल्या साऱ्या समाजातच हा रोग झपाट्यानं फैलावतो आहे. आमची ही ग्रामपंचायतीची नेतेमंडळी रोज एक संसार जळत असताना, रोज एक बाई विधवा होत असताना काहीच करत

नाही. दारूभट्ट्यांचा 'ग्रामोद्योग' राजरोसपणे चालतो आहे. पोलिसांना ते घाबरत नाहीत. नेतेमंडळींना भीत नाहीत आणि कायद्याला जुमानत नाहीत. कुणालाच ते घाबरत नाहीत, यामागचं कारण तुम्हांला न सांगता कळेल यात शंकाच नाही.''

दुसऱ्या दिवशी त्याच्या भावकीतल्या एकाचा मृत्यू झाल्याने तो त्याच्या कुटुंबीयांना भेटायला जाणार होता. मलाही त्याने बरोबर घेतले. गंजलेल्या चार पत्र्यांची एक खोली आणि पुढे एक छोटेसे छप्पर असे ते घर होते. ते घर पाहताच घराला क्षयरोग झाल्यासारखा वाटला. दारिद्र्य ओसंडून वाहत होते. साऱ्या घरात शब्दांत न मावणारी एक वेदना साकाळून गेलेली होती. दिनेशने मयत झालेल्याच्या बायकोची सहानुभूतीने विचारपूस केली. त्या वेळी ती म्हणाली, ''काय सांगू भावजी, ही दारू घरात घुसली आणि उशाला आग घेऊन झोपल्यासारखं झालं. दिवसभर हा पिऊन तर्रर्र व्हायचा आणि कुठंही पडायचा. रस्त्यावर, गटारीत, उकिरड्यावर, हागणदारीलासुद्धा. त्याला शोधून आणायचा आणि स्वच्छ करायचा हे आमचं कामच झालं होतं. दिवसभर शेतात मरमर मरायचं. लोकांची मजुरी करायची आन् सांजेला भाकरतुकडा करून त्याच्या शोधाला जायचं. त्यानं या दारूपायी जवळचा पैसा संपवला. शेत गहाण टाकलं. चार-सहा लोकांची उधारी केली. त्यातही पैसा कमी पडला की मला मारहाण करून रोजगाराचे पैसे घ्यायचा. घरातली भांडी विकायलाही कमी केलं नाही. इकडे त्याची आई औषधपाण्यावाचून मरायला आलीया. पण तिच्यासाठी काही बघायचा नाही. कसला नाद हा म्हणावा? पैशाचा नाश, तब्येतीचा नाश, कामाची खोटी, अब्रूची खराबी, विकतचं भांडण, बिनकामाच्या मारामाऱ्या आणि पोराबाळांचे हाल. यानं बाप म्हणून, नवरा म्हणून, मुलगा म्हणून आणि शेतकरी म्हणून कुठलंच काम केलं नाही. साऱ्या संसाराची माती केली या दारूनं. तो स्वतः तर मेलाच मेला; पण आम्हांला मरणाच्या दारात आणून बसवलं. बरं, ही माणसं नुसती दारू ढोसत नाहीत. सोबत मटण लागतं. कुणी एखाद्यानं मूत दिलं तरी ते पितील.

''काय सांगावं भावजी... कधीकधी वाटतं, तो मेला ते बरंच झालं. साऱ्या दुखण्यातून सुटका तरी झाली. मी माझ्या मनगटाच्या बळावर माझ्या दोन्ही लेकरांना वाघाचं बळ देईन. त्यांचे हाल होऊ देणार नाही.''

त्यावर मी म्हणालो, ''बाई, तुम्ही गावातल्या साऱ्या बायकांनी गावच्या पुढाऱ्यांना घेराव घाला, पोलिसांकडे दारूवाल्यांची तक्रार करा. एवढेच नव्हे, तर वृत्तपत्रांत बातम्या द्या आणि मंत्र्यांना निवेदन द्या. ते झाले नाही, तर शेवटी कलेक्टर कचेरीसमोर साऱ्या जणी उपोषणाला बसा. एकी, चिकाटी, व निदर्शनं यातूनच हा प्रश्न मिटेल.''

कृतियुक्त शिवजयंतीची प्रेरणा

माझ्या एका वर्गमित्राच्या आग्रहाखातर, शिवजयंतीच्या निमित्ताने त्याच्या गावी जाण्याचा योग आला. आग्रहाचे निमंत्रण देताना तो म्हणाला, ''आमचा गाव तसा आळशी, उदासीन, नवं काही शिकण्याच्या-करण्याच्या बाबतीत पार निष्क्रिय. गाव सुधारण्याबरोबर गावातली माणसं सुधारली पाहिजेत. नवं काही त्यांना सांगितलं पाहिजे. साऱ्यांनी मिळून नवे काही उपक्रम करावेत असं त्यांना जराही वाटत नाही. मात्र शिकलेली दहा-वीस पोरं एकत्र आली. ग्रामपंचायतीच्या सदस्यांना त्यात घेतलं आणि आता शिवजयंतीचा कार्यक्रम ते घेत आहेत. या निमित्ताने शिवछत्रपतींची थोरवी त्यांना सांगाच; पण इतरही काही उपक्रम त्यांना करायला प्रेरणा तुम्ही द्यावी, असं मला वाटतं.''

त्याच्या गावी पोहोचतो न पोहोचतो तोच शिवछत्रपतींच्या प्रतिमेची मोठ्या थाटामाटात चाललेली मिरवणूक पाहायला मिळाली. मावळ्यांच्या वेषभूषेत हाती भगवे झेंडे घेऊन तरुण नाचत होते. बँड आणि वाजंत्री यांचा हलकल्लोळ सुरू होता. 'जय शिवाजी, जय भवानी'च्या घोषणा घुमत होत्या. सारा गाव शिवस्मरणाने फुलून गेला होता. सभेच्या ठिकाणी मिरवणूक थांबली. शिवछत्रपतींच्या लोकोत्तर कार्याची, त्यांच्या योगदानाची आणि एक राजा म्हणून जाणवलेली त्यांची थोरवी मी विशद केली. त्यांच्यापासून आपण काही प्रेरणा घेतली पाहिजे, त्यांची तत्त्वे आचरणात आणली पाहिजेत, असे आग्रहाने प्रतिपादन केले.

कार्यक्रमानंतर चहापानाच्या निमित्ताने गावातले उत्साही तरुण आणि आम्ही एकत्र बसलो असताना मी त्यांना म्हणालो, ''तुम्ही सर्वांनी एकत्र येऊन एक विचारमंच स्थापन करावा. ग्रामपंचायतीला मिळणाऱ्या अनुदानाचा वापर करता आला तर बघाच; पण तुम्ही गावकऱ्यांनी वर्गणीच्या-देणगीच्या रूपाने एक भरघोस निधी उभा करायला हवा. आणि

त्यातून केवळ शिवजयंतीच नव्हे, तर वेगवेगळ्या विषयांवर जाणकारांची भाषणं ठेवायला हवीत. उदाहरणार्थ, पीक-पाण्याचे उत्पादन कसं वाढेल; शेतीमध्ये नवे प्रयोग कसे केले याचे अनुभव; शेतमालाचे विक्रीतंत्र; पिकांवर येणारी रोगराई आणि कीटक यांच्यासाठी असणारे उपाय; सहकारी तत्त्वावर खतं, औषधं, कीटकनाशकं, दुग्धव्यवसाय; जनावरांचे खाद्यान्न यांच्या संघटना कशा उभ्या कराव्यात आणि फलदायी कराव्यात. एवढंच नव्हे, तर आरोग्यशिबिरं घेऊन लहान मुलांचे आजार आणि स्त्रियांचे आरोग्य यासाठीदेखील काही करता येण्यासारखं आहे. खेड्यांतल्या बायका स्वतःच्या आरोग्याकडे फारसं लक्ष देत नसतात. घरातली कर्ती बाई आजारी पडली तर सारं घरच आजारी पडल्यासारखं होतं. तिची प्रकृती ठीक राहण्यासाठी डॉक्टरांचं मार्गदर्शन घेता येईल. त्यांचे रक्तगट तपासता येतील. अशा कार्यक्रमांना तुम्ही गावकऱ्यांनी आपल्या घरच्या स्त्रियांना हजर राहण्याची सक्ती केली पाहिजे. नव्हे; त्यांच्याबरोबर तुम्ही पुरुषांनीदेखील ते ऐकायला हवं. लहान मुलांचं संगोपन कसं करावं, याची माहिती किती लोकांना असते? मूल वाढवणं म्हणजे त्याच्यासमोर दुधाचा काला ठेवणं नव्हे. यासाठी जाणकारांची व्याख्यानं ठेवली पाहिजेत. त्याचबरोबर आज जगात काय चाललं आहे, सरकारचं कामकाज कसं असावं, आपल्या समाजासाठी सेवाभावाने आयुष्य वेचणाऱ्या थोरा-मोठ्यांचं चरित्र जाणून घेतलं पाहिजे. भूतकाळातलं सत्त्व, वर्तमानकाळातील सत्य आणि भविष्यकाळाची स्वप्नं यांचा सुंदर मेळ घालण्यासाठी नाना विषयांवरही व्याख्यानं ठेवली तरच तरुण पिढी सुधारेल. गावाची सुधारणा होईल आणि आपल्या संसाराबरोबरच गावाचाही संसार सुखासमाधानाचा होईल. यात्रेजत्रेला चार पैसे कमी खर्च करा; पण अशा कामांसाठी पैसा कमी पडू देऊ नका."

सर्वांनी दीर्घ काळ टाळ्या वाजवून आपली अनुमती व्यक्त केल्याचे मलाही खूप समाधान झाले.

वृक्षपोळा साजरा करू या...

राम देशपांडे हा माझा हायस्कूलचा मित्र; खूप दिवसांनी मला भेटायला आला. दिसायला देखणा, स्वभावाने गोड, अभ्यासात हुशार आणि वक्तृत्वात निपुण असलेला असा हा माझा मित्र. स्वत: वकिलीचा व्यवसाय करत असतानाच समाजकार्यातही त्याचा चांगला सहयोग असतो. शहरातील दानशूर व्यक्तींच्या सहकार्याने नवनवे उपक्रम राबवण्यात तो चांगलाच यशस्वी झाला आहे. माध्यमिक शाळेतल्या जुन्या आठवणींना उजाळा देत असतानाच त्याने नव्याने सुरू केलेल्या एका चांगल्या उपक्रमाची मला माहिती दिली. तो मला म्हणाला, ''गेल्या काही वर्षांपासून निसर्गाचं स्वाभाविक चक्रच पार बदललं आहे. वारंवार पडणारा दुष्काळ, अवेळी पडणारा पाऊस, साऱ्या सजीव-निर्जीव सृष्टीला झोडपून टाकणारे वादळ आणि गारपीट, आणि माणसांनी निर्माण केलेले धुराचे-दुर्गंधीचे लोट यामुळे सारं पर्यावरण दूषित झालं आहे. त्यातच पर्वतराजीवरील झपाट्यानं कमी होणारा बर्फ, उत्तर-दक्षिण टोकांवरील हिमनद्यांचं आकसणं, दूषित होणारं समुद्राचं पाणी, या साऱ्यांमुळे प्रदूषण वाढलं, तापमान वाढलं, आणि पावसापाण्याचं प्रमाणही कमी होत चाललं. त्यातच आपण पाण्याचा वेड्यासारखा वापर आणि गैरवापर करत असतो ते वेगळंच. आमचे काही शेतकरी गुडघ्याइतकं पाणी वाफ्यात साचल्याशिवाय पिकांना पाणी दिलं, असं मानतच नाहीत. या साऱ्या गोष्टींमुळे आपल्या देशात कायम दुष्काळ असलेल्या जिल्ह्यांची संख्या झपाट्यानं वाढत आहे. याला कुठंतरी पायबंद घातल्याशिवाय माणसाचं उद्याचं जगणं सुसह्य होणार नाही.''

त्याचे हे म्हणणे सर्वांनीच गांभीर्याने घेतले पाहिजे आणि त्यावर आपल्या परीने उपायही केले पाहिजे. त्यासाठी माझ्या या मित्राने सोलापूर जिल्ह्यात वृक्ष लागवडीचा उपक्रम राबवण्यास सुरुवात केली आहे. शाळांमधील आणि हायस्कूलमधील विद्यार्थ्यांच्या

मदतीने वृक्ष लागवडीस प्राधान्य दिले आहे. त्याने प्रत्येक विद्यार्थ्याला दोन-दोन आंबा-चिंचेची रोपे दिली आणि त्यांचे संगोपन करायला सांगितले. अवघ्या दोन वर्षांत त्याने ७५ हजार रोपांचे वाटप केले असून संपूर्ण जिल्ह्यात तो दोन लाख झाडे लावणार आहे. मला त्याचा हा उपक्रम खूप आवडला.

मी म्हणालो, ''पाऊस पाडण्यासाठी उंच डोंगर आणि घनदाट झाडी आवश्यक असते. डोंगर आपण निर्माण करू शकत नाही. पण वृक्ष लागवड करून त्याची काळजी घेतली तर खूप फायदे होतील. खरं तर वृक्ष हा आपल्या कुटुंबाचा घटक बनला पाहिजे. वृक्ष म्हणजे परमेश्वरानं धारण केलेल्या हिरव्या चैतन्याचं प्रतीक आहे. तो सावली देतो, चारा देतो, जगण्यासाठी लागणारा ऑक्सिजन पुरवतो, पक्ष्यांना घर देतो, माणसांना खाण्यासाठी फळे देतो, आणि शेकडो कीटकांना आधारही देतो.

''आमच्या शेतकऱ्यांनी आता यात पुढाकार घेतला पाहिजे. आपण जसा दर वर्षी बैलपोळा साजरा करतो, तसा आता वृक्षपोळा साजरा करायला हवा. प्रत्येक शेतकऱ्यानं आपल्या घराच्या, वस्तीच्या आवतीभोवती, बांधावर, पडिक जमिनीवर झाडं लावली पाहिजेत. आजूबाजूला झाडांची घनदाट सावली असलेल्या घरात राहिलो तर पंख्यांचीसुद्धा गरज भासणार नाही. म्हणून त्यांनी आपल्या आईवडिलांच्या नावाने झाडं लावावीत. स्वतःच्या वाढदिवसाला किंवा लग्नाच्या वाढदिवसाला, मुलांच्या वाढदिवसाला झाडं लावावीत. जनावरांना बांधायला खुंट्यांपासून ते प्रेताला दहन द्यावयाच्या सरणापर्यंत ही झाडं सोबत करतात. शिवाय, फळांच्या रूपाने आपल्याला प्रेमाची भेट देतात, ते वेगळंच.''

लग्नसोहळा आणि गावातील एकी

माझ्या भावकीतला पंढरी एकदा अगदी सकाळी सकाळी माझ्याकडे आला. ''इतका गारठा असताना तू कशाला रं आलास?' असं त्याला मी म्हटल्यावर पडलेल्या चेहऱ्यानं म्हणाला, ''परिस्थितीनं पार गारठून गेलोय मी. त्यापुढं हा गारठा काहीच नाही.''

त्याला चहा दिल्यावर त्याला येण्याचे कारण विचारले. काळजीच्या सुरात, चिंताग्रस्त चेहऱ्याने तो म्हणाला, ''पोरीचं लग्न ठरतंय. नुकतीच बैठक झाली. तारीख अजून नक्की केली नाही, गेल्या तीन वर्षांपासून दुष्काळामुळं पार गळाठून गेलो आहे. उत्पन्नाचे चार पैसेदेखील मिळाले नाहीत. पोरीचं वय वाढत असल्यानं तिला तसंच ठेवता येत नाही. स्थळही बरं आहे. या लग्नासाठी पैसे जमवतोय सध्या. एक म्हैस विकली, पीक-कर्जाचे पैसे यासाठी वापरतोय. चारचौघांकडून काही उसने पैसे मिळतील. तुमच्याकडून थोडीफार मदत झाली तर फार उपकार होतील बघा.''

''निरर्थक खर्च टाळा, काटकसर करा, दारू आणि फटाके यांचा खर्च टाळा,'' असं सांगून मी सहज विचारले, ''गावात आणखी कुणाकुणाच्या घरात यंदा लग्नाची धामधूम आहे?'' त्यावर त्याने गावातल्या दोन-तीन सधन शेतकऱ्यांची नावे सांगितली. एक-दोन मजुरी करणाऱ्या माणसांची नावे सांगितली.

मी म्हणालो, ''तालुक्याच्या ठिकाणी एक श्रीमंत आणि दानशूर पुढारी सामुदायिक विवाह सोहळा साजरा करतो. त्यात तुझ्या मुलीचं लग्न उरकून टाकू या. मी करतो त्यासाठी खटपट.'' त्यावर पंढरी म्हणाला, ''नको, नको, तसं नको. एक तर मुलाकडील लोकांना ते पसंत पडणार नाही. शिवाय, आतापर्यंत आपल्या गावात असं कुणीच केलं नाही. लोक नावं ठेवतात पाठीमागे. त्यात आपलं खानदानी घराणं, ते शोभून दिसणार नाही. आणि माझे मेव्हणे, सासरा यांनाही ते अजिबात आवडणार नाही. त्यांचा शब्दही मला टाळता येणार

नाही. त्यांनीही 'थोडीफार मदत करतो' असं म्हटलंय.''

पंढरीला मी जमेल तेवढी मदत करतो असे सांगितले. पण म्हटले, ''मी येत्या रविवारी आपल्या गावी येतो. तू तुझ्या नव्याने होणाऱ्या पाव्हण्यालाही बोलावून घे. ज्यांच्या घरी लग्नं आहेत, त्या साऱ्यांना मी बोलावून घेतो आणि त्यांच्यासमोर माझी एक कल्पना ठेवतो. माझी कल्पना मान्य केलीत तर यात साऱ्यांचाच फायदा आहे. अन् सर्वांचा त्रास कमी होणार आहे.''

ठरल्याप्रमाणे मी रविवारी माझ्या गावी गेलो. साऱ्यांना निरोप पाठवले. सरपंच, उपसरपंच, दूध डेअरीचा चेअरमन आणि सोसायटी प्रमुख या गावप्रमुखांनाही मुद्दाम यायला सांगितले. शाळेसमोरच्या पटांगणात चांगली पंचवीस-तीस मंडळी जमा झाली. थोड्याशा हवापाण्याचा आणि राजकारणाच्या गप्पा झाल्यावर मी साऱ्यांना उद्देशून म्हणालो, ''माझ्या प्रिय गावकऱ्यांनो, मी आता तुमच्यासमोर एक कल्पना मांडणार आहे. ती अशी : आपल्या गावात जवळजवळ सहा घरांमध्ये लग्नसोहळा होणार आहे. प्रत्येकानं स्वतंत्रपणे वेगवेगळ्या तारखांना ही लग्नं केली तर सहा वेळा मांडव घालावा लागणार. सहा वेळा वाजंत्री आणावी लागणार, सहा वेळा जेवणाची व्यवस्था करावी लागणार. म्हणजे एकाच विधीला सहापट खर्च होणार. त्यापेक्षा आपण ही सारी लग्नं एकाच तारखेला, एकाच मुहूर्ताला ठेवू या. त्यासाठी एकच मोठा मंडप आपण घालू या. येणाऱ्या सगळ्या पाहुण्यांसाठी एकच जेवण करू या. त्यातही फार खर्च होणार नाही; पण सर्वांना पोटभर आणि उत्तम जेवण मिळेल याची आपण काळजी घेऊ. एकाच मंडपात हे विवाह झाले तर गावातल्या एकीचे दर्शन घडेल. सहजीवनाचा आदर्श घातल्यासारखा होईल. अनावश्यक खर्च टळेल. शिवाय सहा लोकांना एकेका कामाची जबाबदारी देता येईल. मुख्य म्हणजे ज्याची आर्थिक परिस्थिती बेताची असेल, त्याला आधार दिल्यासारखा होईल. खर्चाचा मोठा भाग श्रीमंतांनी घ्यावा. उरलेला भार गरीब शेतमजुरांना उचलण्यास सांगावा. म्हणजे गरिबाचं घर उद्ध्वस्त होणार नाही. कुणाच्या माथ्यावर कर्ज चढणार नाही.'' मी असं म्हणताच सधन गावकऱ्यांनी आधी हात वर करून संमती दर्शवली. त्यानंतर सरपंचांसह साऱ्यांनी टाळ्या वाजवून हा सोहळा कृतीत आणायला मान्यता दिली.

गावाने घ्यावी गावाची काळजी

ग्रामीण समाजाची काही खास वैशिष्ट्ये सांगता येतात. कमी-अधिक प्रमाणात ती आजही पाहावयास मिळतात. खेड्यांतली मंडळी निसर्गाच्या सान्निध्यात, निसर्गाच्या मदतीने आणि निसर्गाच्या अंगाखांद्यावर वाढतात आणि निसर्गसन्मुख जीवनशैलीने जगतात. दुसरे वैशिष्ट्य असे की, सहजीवन, सहकार्य आणि सुसंवाद यांचा ते रोजच्या जीवनव्यवहारात वापर करतात. तिसरे वैशिष्ट्य असे की, पूर्वापार चालत आलेले रीतिरिवाज, प्रथा, परंपरा यांचा ते सहसा त्याग करत नाहीत. त्यातील फोलपणा लक्षात आला तरी त्याला ते चिटकून असतात. आणि चौथे वैशिष्ट्य असे की, आपल्या गावातले कोणतेही सार्वजनिक काम असो; सामूहिक भावनेने, सर्वांच्या मदतीने पार पाडतात. सारा गाव मोठ्या उत्साहाने त्यात सामील झालेला असतो.

उदाहरणे घेऊनच बोलायचे झाले तर आपल्या ग्रामदेवतेची यात्रा सारा गाव एकत्र येऊन मोठ्या श्रद्धेने पार पाडतो. यात्रेच्या निमित्ताने गावकऱ्यांना आणि भाविकांना जो प्रसाद दिला जातो, त्यालाही प्रत्येकाने यथाशक्ती हातभार लावलेला असतो. यात्रेनिमित्ताने जो तमाशा-फड निमंत्रित केला जातो, तोही साऱ्या गावकऱ्यांच्या मताआधारे, त्यांच्या पसंतीनुसार बोलवला जातो. एखादे नव्याने मंदिर बांधायचे असेल तर सारा गाव पैसा उभा करतो. ज्याला पैसे देता येत नसतील तो बांधकामावर मजुरी न घेता कामाला येतो. एखाद्या देवळाला रंग द्यायचा असेल, नव्याने फरशी बसवायची असेल, तर त्यासाठीही सारा गाव एक होतो. गावाला पाण्याची टंचाई असेल तर वर्गणी काढून गावासाठी विहीर खणली जाते किंवा गावाला नदी असेल तर तिच्यावर घाट बांधताना सारा गाव एक होतो. एखादा गडी शेतात राहत असला तरी घाटासाठी मदत द्यायला कुरकुरत नाही. ही सारी कामे पार पाडताना सरकारची मदत घेतली जात नाही. निदान पूर्वीच्या काळी तरी ती घेतली

जात नव्हती किंवा लक्षाधीशाला मदत करण्यासाठी विनंती केली जात नव्हती. सहजीवन, सहकार्य आणि सामूहिकता प्रत्येक गावकऱ्याच्या रक्तातच भिनलेली असल्याने मुठीएवढे गावदेखील अशी मोठी कामे सहजपणे पार पाडत असत.

माझ्या गावाचा अनुभव अगदी असाच आहे. तालुक्याला जाणारा रस्ता चांगला नव्हता. म्हणून माझ्या गावातील लहान पोरांपासून म्हाताऱ्या गड्यांपर्यंत कितीतरी दिवस राबून सुमारे दोन-अडीच मैल खडीचा रस्ता तयार केला होता. एकी आणि सामूहिकता यांचे काय सामर्थ्य असते, याचे दर्शन या साऱ्या गोष्टींतून आपल्याला घडते.

मात्र, आता काळ बदलला आहे. आपण सारे नव्या जगात आणि स्पर्धेच्या युगात वावरत आहोत. जुन्या पिढीचे जीवन स्थिर होते, संथ होते आणि जीवघेण्या स्पर्धेचे नव्हते. पण, आपल्या मुलांना आता पावलोपावली स्पर्धा करावी लागते, लागणार आहे. म्हणून ही गावाची एकी आणि सामूहिकता आता देवळापेक्षा शाळेच्या विकासाकडे वळवावयास हवी. सरकार आपल्या शाळेसाठी काय देते आणि किती देते, याचा विचार न करता आता साऱ्या गावकऱ्यांनीच आपल्या मुलांच्या शिक्षणाची काळजी घेतली पाहिजे. शाळेची इमारत, शैक्षणिक साहित्य, कॉम्प्युटर शिक्षणासाठी करावा लागणारा खर्च. मुलांच्या समृद्ध व्यक्तिमत्त्व विकासासाठी हा पैसा खर्च केला पाहिजे. शासकीय उदासीनतेमुळे एखादा शिक्षक कमी असेल, तर आपल्या मुलांचे नुकसान होऊ नये यासाठी गावातल्या शिकलेल्या मुलांनी गणित, इंग्लिश, शास्त्र यांची विशेष तयारी करून घेतली पाहिजे. शाळेच्या दैनंदिन व्यवहारांमध्ये शिक्षण समितीबरोबरच गावकऱ्यांनी लक्ष घालून अडचणी सोडवल्या पाहिजेत. आपल्या मुलांना या नव्या जगाची, स्पर्धेच्या जगाची ओळख करून वेगवेगळ्या क्षेत्रांत त्यांनी कर्तृत्व गाजवण्यासाठी प्रेरणा दिली पाहिजे. विपुल संपत्तीपेक्षा सद्‌गुणी संततीची किंमत अधिक असते, हे विसरता कामा नये. याबरोबरच साऱ्या गावकऱ्यांनी आणखी एका गोष्टीत लक्ष घातले पाहिजे. ती गोष्ट म्हणजे, आपल्या गावकऱ्यांचे आरोग्य. त्यासाठी गावाला आरोग्य केंद्राची मागणी करता येईल. गंभीर आजारी असलेल्या रुग्णाला मोठ्या दवाखान्यात नेण्यासाठी गावाने एखादे वाहन घेतले पाहिजे. बालमृत्यूचे प्रमाण कमी करण्यासाठी प्रशिक्षित नर्सेसची मदत घेता येईल. आता देवळाला रंग देण्यापेक्षा आपल्या मुलांचे आयुष्य रंगहीन होणार नाही, याचीच साऱ्या गावाने काळजी घ्यायला हवी.

शेतीमातीचा नवा विचार

भानुदास पाटील या माझ्या जिव्हाळ्याचे संबंध असलेल्या व आवडत्या विद्यार्थ्याच्या लग्नाला मी नुकताच जाऊन आलो. त्याचे लग्न तालुक्याच्या ठिकाणी होते; आणि त्या लग्नाला माझ्या ओळखीचे बरेच लोक आले होते. त्यात काही माझे एके काळचे विद्यार्थीही निघाले. विवाहातल्या भोजनाचा तृप्तपणे आस्वाद घेतल्यानंतर आम्ही सारे जण विवाह मंडपामध्येच गप्पाटप्पा करत बसलो होतो. या माझ्या एके काळच्या विद्यार्थ्यांची माहिती घेताना एक जण म्हणाला, ''सर या सरकारनं आमची पार अंगावरची कापडंच काढून घेतली बघा. चार एकर जमिनीवर मी कसाबसा जगत होतो. पण आता नव्यानं होणाऱ्या महामार्गामुळं त्यांनी माझी दीड एकर जमीन ताब्यात घेतली. या जमिनीचे चार पैसे मिळाले तरी ते काय पोटाला शिजवून खायचे का? पैसा इतका लबाड असतो, की तो टिकता टिकत नाही. चार वाटांनी तो निघून जातो. आता या उरलेल्या जमिनीवर कसं जगायचं हेच कळत नाही. गाड्या बाळगणाऱ्या श्रीमंतांसाठी आमच्यावर आता उपाशी मरायची पाळी आली बघा.'' त्याचं सांगून होताच दुसरा म्हणाला, ''निदान तुला सांगण्यापुरती अडीच एकर तरी उरली आहे. माझी आठ एकरांची सुपीक जमीन धरणाखाली गेली. त्या बदल्यात मला जे रान मिळालं त्यात कुसळसुद्धा उगवत नाही. शेत गेलं, घर पाण्याखाली गेलं, आणि त्याबरोबर आठवणीसुद्धा पाण्यात बुडल्या. आता जगतोय मुळ्या तुटलेल्या झाडासारखा.''

अशा आमच्या गप्पा चालल्या असताना एक जण म्हणाला, ''आमच्या गुणाजीची पण अशीच गत झालीया. कुठल्यातरी एका मोठ्या कारखान्यासाठी सरकारनं स्वत:ची जमीन दिलीच, पण कारखानदारानं आणखी मागितल्यावर त्याला लागून असलेली गुणाजीची सहा एकर जमीनही त्यांनी ताब्यात घेतली. त्यानं खूप धडपड केली; पण त्याचं

काही चाललं नाही. या कारखानदाराला एवढी शेकडो एकर जमीन कशाला लागतेय हेच कळत नाही मला.''

प्रत्येक शेतकऱ्याला जन्मदात्या आईइतकीच ही काळी भूमाता प्रिय असते. त्या जमिनीत त्याचा प्राण गुंतलेला असतो. म्हणून तो म्हणतो, 'मी कुठंही मेलो तरी माझी राख माझ्या शेतात पडावी.' याच विषयावर बोलणं चाललेलं असल्यानं मी त्यात माहितीची भर घालत म्हणालो, ''शहराचा झपाट्यानं होणारा विस्तार शेतीचे क्षेत्र कमी होण्यास कारणीभूत आहे. शहरं झपाट्यानं सुजत आहेत अन् खेडी झपाट्यानं खंगत चालली आहेत. मोठमोठ्या शहरांनी तर चारही बाजूने पंधरा-वीस किलोमीटरपर्यंत हातपाय पसरले आहेत. शिवाय, साखर कारखाने, दूधशीतकरण, तालुका पातळीवरचे छोटे-छोटे उद्योग, सूतगिरण्या, पाणीपुरवठा योजनेसाठी लागणारी जमीन, महावितरणसाठी लागणारी जमीन, आणि ग्रामीण परिसरात नव्याने होणाऱ्या एमआयडीसीचे क्षेत्र, यासाठी मोठ्या प्रमाणात जमिनी सरकार ताब्यात घेत आहे. बरं, या जमिनी केवळ माळरान असतात असंही नाही. बऱ्यापैकी उत्पन्न देणाऱ्या शेतकऱ्यांच्या जमिनी यासाठी वापरल्या जातात. त्यामुळे इकडे लोकसंख्या वाढत आहे आणि तिकडे शेतीचं क्षेत्र कमी होत चाललं आहे. यावर उपाय काय, याचा आता साऱ्या शेतकऱ्यांनी विचार केला पाहिजे आणि तो अमलात आणला पाहिजे.''

त्यावर एक जण म्हणाला, ''तुम्हीच सांगा ना एखादा माहीत असलेला उपाय?''

मी म्हणालो, ''त्यासाठी एक नाही, अनेक उपाय करावे लागणार आहेत. त्यासाठी आहे त्या शेतीची सुपीकता वाढवली पाहिजे. त्यासाठी शेणखताचा वापर व्हायला हवा. शेतातला पालापाचोळा जाळण्याऐवजी तो मातीत गाडला पाहिजे. त्याशिवाय अधिक उत्पन्न देणाऱ्या नव्या बियाणांचा वापर केला पाहिजे. एवढेच नव्हे, तर कमी कालावधीची पिकं घेतली पाहिजे. वर्षातून दोन पिकं घेण्याऐवजी तीन घेता येतील असं नियोजन केलं पाहिजे. अलीकडे मातीविना शेतीचा प्रयोग यशस्वी झाला आहे. त्याचाही अवलंब केला पाहिजे. त्यातून वाढत्या तोंडांना पोटभर अन्न मिळेल आणि इतर देशांकडे धान्यासाठी झोळी पसरावी लागणार नाही.'' सर्वांना माझा विचार पटल्याचे त्यांच्या चेहऱ्यावरून मला जाणवले.

पुढाकार

खूप वर्षांपूर्वी माझ्या वाचनात आलेली एक गोष्ट मला आज अचानक आठवली. आजच्या काही आळशी, उदासीन, जिद्द नसलेल्या शेतकऱ्यांच्या वागण्यावरून ती तीव्रतेने आठवली. ती गोष्ट थोडक्यात अशी :

घनदाट जंगलाशेजारी असलेल्या एका छोट्याशा गावातला एक शेतकरी बायकोने खूप बडबड केल्यावर त्या जंगलात गेला. स्वयंपाकाला सरपण आणावे, मधमाश्यांच्या मोहोळातून मध मिळाला तर बघावा, आणि काही खाता येण्यासारखी फळे मिळाली तर तीही घ्यावीत, असा विचार करून तो जंगलात भटकत राहिला. मधमाश्यांनी चावा घेताच त्याने पळ काढला. भर दुपारचे ऊन, दिशाहीन भटकंती यामुळे त्याला खूप तहानही लागली व कडाक्याची भूकही लागली. पाण्याचा शोध घेण्यासाठी तो बराच भटकला. पण त्याच्या लक्षात आले नाही की, एका पाऊलवाटेवर शेण पडले आहे, जनावरांच्या खुरांच्या खुणाही दिसत आहेत. कदाचित पाणी पिण्यासाठी या वाटेने जनावरे गेली असावीत. शोधाशोध केल्यानंतर त्याला एक छोटेसे तळे दिसले. तो तेथे गेला खरा; पण काठावर दाट काटेरी झाडी होती. गुडघ्याइतके गवत माजले होते व काठावर काळा पाषाण असल्याने तळ्यातले पाणी सहज घेता येत नव्हते. या तळ्यावर कोणी येईल आणि आपल्याला पाणी देईल या आशेने तो बराच वेळ थांबला. पण कोणीच आले नाही. त्याने काठावर उभे राहून एक-दोन आरोळ्या ठोकल्या. त्या ऐकून तरी कोणी येईल, असे त्याला वाटले. तरीही कोणीच आले नाही. उलट जंगली प्राण्यांच्या डरकाळ्या त्याच्या कानावर पडल्या. तहान तर इतकी लागलेली, की प्राण जाण्याची वेळ आली होती. मग त्याने जवळपासच्या वडाच्या जाडजूड पारंब्या शोधल्या. त्या तोडल्या आणि चक्क आपले धोतर सोडून त्याला पारंब्यांची गाठ मारली आणि काठावर उभे राहून खालच्या पाण्यात त्याने धोतर भिजवले, वर घेतले.

धोतराचे पाणी पिळून घेतले. पुन:पुन्हा भिजवलेले धोतर तोंडात पिळून त्याने आपली तहान शमवली. शेजारी पाणी असून भागत नाही. ते घेण्यासाठी धावपळ, खटपट करावी लागते, प्रयत्न करावे लागतात, हे त्या गड्याला त्या वेळी उमजले.

आजच्या आमच्या शेतकऱ्यालाही हे उमजले पाहिजे. अनेक सरकारी योजना शेतकऱ्यांच्या मदतीसाठी अस्तित्वात असतात. त्या काही शेतकऱ्यांना ठाऊकच नसतात. 'असेल हरी, तर देईल खाटल्यावरी' या भावनेने ते जराही माहिती घेत नाहीत की प्रयत्न करत नाहीत. शासकीय अधिकाऱ्यांनी त्याच्या घरी येऊन त्याला मदत करावी, त्याच्या पदरात दान टाकावे, अशी अनेकांची भावना असते. उलट आजचा जमाना असा आहे की, एका कामाला दहा खेटे मारल्याशिवाय ते पूर्ण होत नाही. अनेकांना या योजनांची त्याला मिळणाऱ्या अनुदानाची कल्पनाच नसते, आज सरकार घरासाठी, शौचालयासाठी अनुदान देते. वनीकरणाला मदत करते. जनावरांच्या गोठ्यासाठी अर्थसाहाय्य देते. शेततळ्यासाठी मदत करते. शेततळ्याचा कागद फाटला असेल तर नवा घेण्यासाठीही अनुदान देते. त्या तळ्यात सोडण्यासाठी मासे किंवा पिल्ले मोफत पुरवते. डाळींचे आणि तेलबियांचे पीक घेतले तर त्याला मदत करते. शेतातली माती तपासण्यासाठी मोफत सोय असते. पीकविम्याचा आधार मिळतो. कमी उत्पन्न असलेल्या एखाद्याचे मोफत ऑपरेशन करण्याची सोय आहे. बालक व गर्भवती मातांसाठी समाजकल्याण खाते मदत करते. नव्याने जन्मलेल्या मुलीसाठी सरकारी योजना आहेत. तिच्या नावे मुदत ठेवीत रक्कम गुंतवली जाते. वसतिगृहात मोफत प्रवेश मिळतो. या आणि यांसारख्या कितीतरी योजना उपलब्ध आहेत. शासनाच्या उदासीनतेमुळे त्या शेतकऱ्यांपर्यंत पोहोचत नाही. पण आपणच सावध होऊन याची विविध खात्यांत जाऊन माहिती घेतली पाहिजे. त्यासाठी कोणकोणती कागदपत्रे लागतात ती गोळा केली पाहिजेत. खोलवरचे पाणी प्यायला हवे म्हटल्यावर, गोष्टीतील माणसाने स्वत: पुढाकार घेऊन धोतर भिजवून जशी तहान भागवली, तशी सरकारच्या साऱ्या विभागांचे दरवाजे ठोठावत आपली हक्काची मदत मिळवण्यासाठी शेतकऱ्याने सतर्क राहिले पाहिजे. आळस झटकून थोडी पळापळ केली पाहिजे.

हमीभावाचा अनुभव

शेतकऱ्यांचे आयुष्य उद्‌ध्वस्त करणारे घटक आहेत चार. ते चार घटक म्हणजे, दर तीन वर्षांनी माणसाला गिळून टाकणारा दुष्काळ, पाणीटंचाई आणि वीजमंडळाचा रडवणारा खेळ, रक्त न काढता माणसाला चावा घेणारे सावकारी कर्ज, आणि रक्ताचे पाणी करून पिकवलेल्या शेतमालाला मातीमोल मिळणारा दर. या चारही गोष्टींमुळे तो मरणाचे ओझे घेऊन जगतो किंवा थेट मरणालाच कवटाळतो. या सर्वांचे व्याकूळ करणारे दर्शन महात्मा फुले यांच्यापासून तो शरद जोशींपर्यंत अनेकांनी समाजासमोर ठेवलेले आहे, त्यावर उपाय सुचवले आहेत; पण फारसा फरक पडलेला दिसून येत नाही. दररोज वाढत्या संख्येने शेतकऱ्यांच्या आत्महत्या होतच आहेत. हजारो कोटींचे कर्ज असलेल्या एखाद्या उद्योगपतीने आत्महत्या केल्याचे कधी वाचनात आले नाही. पण लाखभर झालेले कर्ज कसे फेडावे, पैसा कुठून उभा करावा, या काळजीत असलेला प्रामाणिक शेतकरी मात्र पोटच्या लेकरासारख्या वाढवलेल्या झाडाला गळफास घेऊन आयुष्याचा शेवट करतो.

तुमच्या-आमच्या पाचवीला पुजलेला दुष्काळ, पाणीटंचाई, अपुरा वीजपुरवठा आणि जन्माबरोबर सोबतीला असलेले कर्ज या तीन बाबींवर स्वतंत्रपणे लिहिणे गरजेचे आहे. पण या लेखात शेती उत्पादनाला उचित न मिळणारा भाव यावरच थोडासा विचार करण्याचे ठरवले आहे. त्यालाही एक कारण घडले.

दोन महिन्यांपूर्वी आमच्या शेताला लागून असणारा सदाशिव माळी आपल्या शेतातली थोडीशी भाजी घेऊन घरी आला. आमच्या दोघांची शेती शेजारी असल्याने बऱ्याच वर्षांपासून आमचे संबंध अतिशय जिव्हाळ्याचे झालेले आहेत. चहापाणी झाल्यावर तो मला म्हणाला, "आवंदा चार एकर कांदा केला. मागं एकदा बऱ्यापैकी भाव मिळाला होता. म्हणून चार एकरावर लागण केली. पाणी, खत, खुरपणी, फवारणी सगळं काही

वेळच्यावेळी केलं. मालही बरा निघाला. लोकांची उसनवारी भागवावी म्हणून ट्रकभर कांदा तालुक्याच्या मार्केटला नेला. सगळ्या व्यापाऱ्यांनी संगनमत करून भावाचं पार मातेरं केलं. कुणीतरी सांगितलं की, 'जिल्ह्याच्या मार्केटला कांदा न्या. तिथं बरा भाव मिळतोय.' जिल्ह्याच्या मार्केटमध्ये दोन दिवस वाट पाहिली. व्यापारी म्हणून आला नाही. तिथल्या एकानं सांगितलं की, 'हैदराबादला ट्रक न्या. खूप चांगला भाव आहे तिथं.' तेथून आम्ही हैदराबादला ट्रक नेला. तिथं नाइलाजास्तव मागेल त्या भावानं कांदा विकला. ट्रकचं भाडं, चार दिवसांचा सर्वांचा वरखर्च, रस्त्यानं जाताना द्यावी लागणारी चिरीमिरी हा सगळा खर्च आणि दलाली-तोलाईचा खर्च वजा जाता अवघे तेराशे रुपये हातात पडले. कपाळावर हात मारून घेतला आपल्या. मारुतीनं तर कांद्याची काढणी, तोडणी परवडत नाही म्हटल्यावर सारा कांदा शेतातच गाडून टाकला. तीच गोष्ट टोमॅटोची, तीच गोष्ट भोपळ्याची अन् इतर भाजीपाल्याची. कसा जगणार शेतकरी सांगा की!'' असं त्यानं दाटलेल्या कंठानं सांगितलं.

मी म्हणालो, ''ही आजची रडकथा नाही. शेकडो वर्षांपासून चालत आलेली ही रडकथा आहे. शेतकरी टिकायचा असेल तर त्याच्या मालाला योग्य दर मिळाला पाहिजे. त्याला दर ठरवण्याचा अधिकार मिळाला पाहिजे. जगामध्ये जो कोणी साबणापासून ते मोटारीपर्यंत वस्तू निर्माण करतो, त्याला त्याच्या वस्तूची किंमत ठरवण्याचा अधिकार आहे. फक्त शेतमालाचा दर शेतकरी सोडून बाकीचे ठरवतात. त्यातही पुन्हा एखादा आठवडा कांद्याचा किंवा टोमॅटोचा भाव थोडासा वाढला की शहरी नोकरदार आणि पेपरवाले मोठ्या बातम्या देतात. दर एक तारखेला मोठा पगार घेणाऱ्या या मंडळींचा कांदा-टोमॅटोवर किती खर्च होतो? चार मित्र सहज बाहेर हॉटेलमध्ये जेवायला गेले तरी त्यांना दीड हजार खर्च करताना महागाई वाटत नाही. आईस्क्रीमचा दर, मेकअपचे साहित्य घेताना वाढलेला दर यांना खुपत नाही. फक्त भाजीपाल्याच्या दरात चार-सहा रुपये वाढले की यांचं बजेट कोलमडतं.

''सदाभाऊ, यावर आता मला तर असं वाटतं की, शेतमालाच्या उत्पन्नासाठी बी-बियाणांवर आपण जो खर्च करतो, तो जितका वाचवता येईल तेवढा वाचवला पाहिजे. फवारणीसाठी पूर्वापार चालत आलेली देशी औषधं वापरली पाहिजेत. आपणच आपले बियाणे निर्माण केले पाहिजे. असे इतर काही उपायच आपल्याला चार पैसे जादा मिळवून देतील. सरकार हमीभावाची योजना अशी राबवतं, की त्यातल्या पळवाटा शोधून व्यापारी त्याचा उपयोग करतात.''

''खरं आहे. एखाच वेळी या चार शत्रूंसमोर शेतकऱ्याचा टिकाव लागणार नाही. तुम्ही सांगता तसेच उपाय केले पाहिजेत.'' असे सदूने सांगून माझा निरोप घेतला.

न्यायनिवाडा

मला अनपेक्षितपणे एका कौटुंबिक पेचप्रसंगांमध्ये न्यायाधीशाची भूमिका पार पाडावी लागली. त्याचे असे झाले की, साहेबराव खताळ या आमच्या जुन्या मित्राच्या घरात एकाएकी कुरबुरी सुरू झाल्या. या साहेबरावाला तीन मुले, सखाराम, नामदेव आणि दिलीप. यातला धाकटा दिलीप शिकायला असताना आमच्या घरी यायचा. अडीअडचणीला मदत घ्यायचा. त्याला चांगले मार्क्स पडल्यावर साहेबराव आणि थोरले दोघे माझ्या घरी आले. सारे जण अतिशय मनापासून म्हणाले, ''सर, आम्हा कुणालाच भरपूर शिकता आलं नाही. प्राथमिक शाळेची शेवटची परीक्षा दिली आणि आम्ही मातीत राबायला सुरुवात केली. हे राबणं काही थांबलं नाही– थांबणारही नाही. पण दिलीपला मात्र भरपूर शिकवायचं आमच्या मनात आहे. त्याला चांगले मार्क्स पडले आहेत. आम्ही दोघं भाऊ मोलमजुरी करू, चार पैसे कर्ज काढू, पण त्याच्या शिक्षणाला पैसा पुरवू. तुम्ही तुमच्या मतानं त्याला पुण्याच्या एखाद्या चांगल्या कॉलेजमध्ये पाठवा. आमाला तो मोठा इंजिनिअर झालेला बघायचा आहे.''

मी दिलीपशी चर्चा करून माझ्या बऱ्यापैकी स्नेहसंबंधात असलेल्या एका नामांकित इंजिनिअरिंग कॉलेजमध्ये त्याला प्रवेश मिळवून दिला. ओळखीमुळे त्याला फी आणि इतर गोष्टींत बरीच सवलत मिळाली. त्याची वसतिगृहात राहायची सोयही केली.

दिलीपनेही चार वर्षांत मनापासून अभ्यास केला. उत्तम मार्क्स मिळवले आणि परीक्षा पास होण्यापूर्वीच एका नामवंत कंपनीत त्याला चांगल्या पगाराची नोकरी मिळाली. बघता-बघता त्याला पगारही चांगलाच मिळू लागला. त्याचे वडील म्हणजे साहेबराव यांनी उभ्या आयुष्यात जी रक्कम कधी पाहिली नाही; तेवढी रक्कम दिलीपला चार-सहा महिन्यांचा पगार म्हणून मिळू लागली. हे पाहून सर्वांनाच आनंद झाला. त्याने प्रारंभी घराकडे लक्ष

देण्यास सुरुवात केली. त्याने मोडकळीस आलेले घर खर्च करून बांधले. भावासाठी दोन म्हशी घेऊन दिल्या. अधूनमधून वरखर्चालाही पैसा पाठवून देत असे. घरातल्या सर्वांसाठी सणासुदीला कपडेलत्ते घेऊन यायचा. त्यामुळे साऱ्या घराला भावाच्या शिक्षणासाठी उपसलेले कष्ट सत्कारणी लागले असे वाटू लागले.

दिलीपचा विवाह झाला; तसा पुण्यातून येणाऱ्या मदतीचा प्रवाह आटत चालला. त्याचा नव्याने संसार सुरू झालेला असल्याने आणि शहरी जीवनात खर्च वाढत असल्याने त्या दोघा भावांनी त्याची अडचण जाणून घेतली. पण, अलीकडेच तो घरी आला आणि एके रात्री त्याने 'माझ्या वाटणीची जमीन माझ्या नावावर करा. ती विकून त्या पैशातून पुण्याला मी फ्लॅट घ्यायचे ठरवले आहे. त्या बिल्डरशी माझं बोलणंही झालं आहे.' अशी दिलीपने मागणी करताच दोघे भाऊ आणि साहेबरावही पार हादरून गेले.

साहेबरावांनी दिलीपला त्याच्या शिक्षणासाठी केलेला खर्च, भावांनी केलेली मजुरी, दारातली विकून टाकलेली जनावरे, आणि हातउसने म्हणून लोकांकडून घेतलेले पैसे या सगळ्यांचा पाढा वाचला. पण त्याला ते पटत नव्हते. म्हणून ते सारे जण माझ्याकडे धावत आले होते. मी त्याला चार समजुतीच्या गोष्टी सांगाव्यात, अशी त्यांनी विनंती केली.

मी दिलीपला आधी त्याचा पगार, त्याचा घरखर्च, त्याच्या गरजा या गोष्टी विचारून घेतल्या. मग मी त्याला म्हणालो, ''दिलीप, साहेबरावाला सगळी शेती आहे सहा एकर. त्यातही विहिरीला पाणी नसल्याने दीड-दोन एकरावर हंगामी बागायत होते. आजकाल तुला ठाऊकच असेलच की, शेतीमध्ये पिकत नाही. पिकलं तरी विकत नाही. रक्ताचं पाणी करून कोणतंही पीक केलं तरी मातीमोलानं विकावं लागतं. आपल्या सरकारच्या योजनाही शेतकऱ्यांपर्यंत नीट पोहोचत नाहीत. अशा स्थितीत तुझे दोन भाऊ, आजारी आई व त्यांची लेकरंबाळं कशी जगत असतील याचा विचार कर. त्यातली तुझ्या वाटणीची दोन एकर जमीन तू घेतलीस तर त्यांना जगताच येणार नाही. तुला पगार आहे, इतर उत्पन्न आहे. यांच्याकडे काय आहे? मातीत राबता-राबता आयुष्याची माती करून घ्यायची, हेच यांच्या नशिबी. तेव्हा, तू फ्लॅट जरूर घे. त्यासाठी बँक तुला कर्ज देईल. पगारातून हप्ता गेला तरी तुझी उपासमार होणार नाही. आणि तुझ्या नावाची जमीन आपल्या आईबापाला सांभाळतात म्हणून, आणि तुला हे भाग्याचे दिवस दाखवले म्हणून भावांना देऊन टाक. तुझा पोरगा खताळवाडीला शेती करायला थोडाच येणार आहे?''

दिलीपने माझ्या पायाला हात लावून नमस्कार केला, म्हणजेच त्याने होकार दिला.

बदल

आमचे जिवाभावाचे मित्र भाऊसाहेब देशमुख आपल्या कुटुंबीयांसह एका विवाहाच्या निमित्ताने आमच्या शहरात आले होते. बऱ्याच दिवसांत भेट झाली नाही म्हणून ते विवाहानंतर पत्नी, सून आणि दोन नातवंडे यांच्यासह आमच्या घरी आले. चहापाणी घेता-घेता ते मला म्हणाले, ''ही माझी सून सुमित्रा. भरपूर शिकलेली आहे, कर्तबगार आहे, आणि तिला समाजकार्याची आवडही आहे. गोरगरीब बायकांना तिचा आधार वाटतो. आजकाल तर तिने गावातल्या स्त्रियांची संघटना करून व्यसनी माणसांना जबरदस्त दहशत निर्माण केली आहे. तिनं काय केलं आणि आमच्या गावाचं रूप कसं पालटलं हे तिच्याच तोंडून ऐका.''

''सुमित्रा, तू सध्या काय सुरू केलंय ते सांग त्यांना. बाकी तिच्या या कामाचा मला अभिमान वाटतो. आमची समाजसेवेची गादी सध्या हीच चालवत आहे.''

थोडासा आग्रह केल्यावर ती म्हणाली, ''मी काही फार मोठं काम करत नाही; पण गोरगरीब बायकांचे संसार मोडून पडू नयेत म्हणून मी थोडीशी धडपड करते आहे. हे घडलं कसं ते सांगते :

''एके दिवशी आमच्याकडे घरकामाला असणारी रखमाबाई माझ्याकडे पन्नास रुपये मागायला आली. तिला सहज म्हणून विचारले, 'कशासाठी पाहिजेत ग?' आधी तिनं सांगायला आढेवेढे घेतले. नुसतंच 'पाहिजेत मला' असं म्हणायची. थोड्याशा प्रेमानं विचारल्यावर तिने डोळ्यांतून पाणी गाळतच आपली आयुष्याची फरफट सांगितली. 'रात्री नवऱ्यानं दारू पिण्यासाठी मला पैसे मागितले. माझ्याकडे चार रुपयेसुद्धा नाहीत असं म्हटल्यावर त्यानं मला बेदम मारलं. गळा आवळून जीव घ्यायचा प्रयत्न केला.

चुलीपुढच्या लाकडानं एखाद्या ढोराला तडाखे मारावेत असं मला मारलं. तोंडातून रक्त, हातावर जखमा, कपाळाला टेंगूळ आणि मनगटात फुटलेल्या बांगड्यांच्या रुतलेल्या काचा अशा अवस्थेत त्यानं मला रात्री घराबाहेर हाकललं आणि दार लावून घेतलं. मी हातापाया पडले. क्षमा मागितली. ढसाढसा रडले. शपथा घेतल्या. पण त्याला दया आली नाही.' 'उद्या सकाळी तुमाला पन्नास रुपये देते,' असं म्हटल्यावर मला घरात घेतलं. माझे केस धरून पायरीवर डोकं आपटलं आणि पुन्हा माझ्याकडून पैसे देण्याचं वचन घेतलं.' रखमा हुंदके देत देत पुढं म्हणाली, 'बाई, काय सांगावं तुमास्नी? माझ्या नशिबात हे रोजचंच आहे. मरून जावं वाटतं एकदाचं. पण दोन लेकरात जीव अडकला म्हणून हे भोग भोगतेय. हा नालायक माणूस माझ्या मजुरीचे पैसे हिसकापून पेतो नि त्याचा मूत पिऊन बरळतो. या माणसानं या दारूपायी माझ्या कानातली फुलं विकली, भांडी विकली, आणि ती 'अवदसा' ढोसून दिवसभर चिखलात-गटारीत पसरतो, एखाद्या डुकरासारखा. शुद्धीवर आला तर दोन दिवस कामाला जातो अन् त्या पैशाची दारू पिऊन सहा दिवस गावभर भटकतो. आपल्या लेकरानं काय खाल्लंय, की ती उपाशी आहेत, हेसुद्धा बघत नाही. बाई, मी जगावं असं वाटतं असेल तर मला पन्नास रुपये द्या. मी तुमचे पैसे थोडेथोडे करून माघारी देईन.' रखमाबाईनं हे सांगितल्यावर मी खरोखर फार हादरून गेले. मला कमालीचा धक्का बसला. तिला मी रोख पैसे दिलेच; पण तिच्या लेकरांसाठी गहू, डाळ, चहा पावडर, साखर या वस्तूही दिल्या.''

सुमित्रा पुढं मला म्हणाली, ''सर, नंतर मी आमच्या गावात फिरून चौकशी केली; आणि माझ्या लक्षात आलं की, गावातली शंभरपैकी साठ-सत्तर माणसं या दारूच्या व्यसनात पार बुडून गेली आहेत. तरुण पोरं फॅशन म्हणून पितात, कोणी दुःख विसरण्यासाठी पितो, कोणी झालेला आनंद साजरा करण्यासाठी पितो, तर कष्टकरी माणूस या विसकटलेल्या संसारातून चार घटका बाहेर पडण्यासाठी पितो. वाईट गोष्ट अशी की, आधी दारूवर माणूस चढतो व मग दारू माणसावर चढते. शंभरातल्या या सत्तर बायकांचे संसार आणि जगणं मोडून पडू नये म्हणून मी साऱ्या बायकांना भेटले, त्यांची सभा घेतली. त्यांना बोलतं केलं. हा अन्याय, मारपीट सोसायची नाही, असं त्यांना सांगितलं. त्यातूनही नवरा दारू पिऊन, झोकांड्या खात घरी आला तर त्याला घरात घेऊ नका. त्याचं ऐकू नका, असंही त्यांना बजावलं. आणि मग आम्ही साऱ्या गावातल्या एकत्र जमून गावातल्या सरपंच आणि सदस्यांना भेटलो. ग्रामपंचायतीचा ठराव करायला सांगितला. गंमत अशी की, ठराव राहिला चावडीत आणि दारूचा पूर वाहतोय गावात. पुन्हा आम्ही पोलिसात तक्रार केली. आपला कारभार आणि कायदे तुम्हांला ठाऊक आहेत. शेवटी साऱ्या

बायकांनी रणरागिणीचं रूप घेतलं आणि गावात येणाऱ्या दारूचे अड्डे पार नष्ट करून टाकले, पिंपं फोडली. त्यांची भांडी फोडली. दारू ओतून टाकली. आणि दारू गाळणाऱ्या साऱ्या 'सज्जनांना' पोलिसांच्या ताब्यात दिले. पूर्वी या व्यसनामुळे बाई पेटवली जायची. आता बाई पोरांसाठी चूल पेटवत आहे.''

तिचे हे काम पाहून मी कमालीचा प्रभावित होऊन म्हणालो, शाब्बास! फार चांगली गोष्ट केलीस तू. जागृत झालेली स्त्रीशक्ती काहीही करू शकते, हे लक्षात घे. तुझे मनापासून अभिनंदन.'' असे म्हणताच तिने माझ्या पायांना स्पर्श करत आदराने नमस्कार केला.

भक्तीला मिळाली दिशा

भैरवनाथ हे आमच्या गावचे ग्रामदैवत आहे. हेच ग्रामदैवत महाराष्ट्रातल्या अनेक गावांचेही आहे. आमच्या या ग्रामदैवताची यात्रा चैत्राच्या तिसऱ्या आठवडी असते. या यात्रेचे आमंत्रण द्यायला सरपंच, डेअरीचे चेअरमन, सोसायटीचे प्रमुख आणि इतर प्रमुख मंडळी माझ्याकडे आली. चहापाणी झाल्यावर सरपंच मला म्हणाले, ''आम्ही सारे जण आपल्याला आग्रहाची विनंती करण्यासाठी मुद्दाम आलो आहोत. नेहमीप्रमाणे साऱ्या गावकऱ्यांनी मोठ्या रकमेची वर्गणी या यात्रेसाठी दिलेली आहे. शिवाय, दूधडेअरी, सोसासटी, खतविक्रीची सोसायटी अशा काही संस्थांनी भरघोस देणग्या दिलेल्या आहेत. साऱ्या गावकऱ्यांनी एकत्र बसून भैरोबाची यात्रा धूमधडाक्यात साजरी करायची ठरवले आहे. यावर्षी नामवंत पैलवानांना बोलावून छोट्या-मोठ्या कुस्त्यांचा फड आपण घेतला आहेच. तसेच महाराष्ट्रात सध्या गाजत असलेल्या तमाशाचा एक खेळही आपण ठरवत आहोत. शिवाय, गावातल्या तरुण पोरांचा खूप आग्रह झाल्याने एक सिनेसंगीतावरील डान्स कार्यक्रम आपण घेतो आहे. यासाठी तुम्ही याच; पण तुमच्या हस्ते चांदीवर सोन्याचे पाणी दिलेला पत्रा देवळाच्या मुख्य दरवाजाला लावायचा विचार आहे. त्यामुळे देवाची, गावची आणि आपल्या सर्वांची इभ्रत वाढणार आहे, प्रसिद्धी होणार आहे. आपल्या परिसरातील दहा-वीस गावांत एकाही देवळाला असा सोन्याचा पत्रा लावलेला नाही.''

त्यानंतर इतर मंडळींनीही या चर्चेत भाग घेऊन माहिती दिली. एकाने पालखी कशी सजवणार ते सांगितले. तिसऱ्याने दिल्लीला जाऊन आलेला लेझीम संघाचा खेळ पालखी मिरवणुकीत सामील होणार असल्याचे सांगितले. हे सारे ऐकल्यावर गावाची असणारी एकी, सामूहिक जीवनाचा उत्साह, यात्रेसाठी मिळणाऱ्या देणग्यांचे औदार्य आणि ग्रामदेवतेवरील गावकऱ्यांची असणारी भक्ती या साऱ्यांचे कौतुक माझ्या मनात दाटून आले. आजकाल,

'मी माझ्यासाठी आणि माझ्या कुटुंबासाठी' एवढीच भावना असणाऱ्या या समाजात मला हे प्रेम आणि सहजीवनाचे आदर्श उदाहरणच वाटले.

थोडासा विचार करून मी त्यांना म्हणालो, "देवासाठी आणि गावासाठी तुम्ही खूप चांगलं काम करत आहात, यात शंकाच नाही. मी तसा आहे थोडासा उपरा. तसा सांगायचा मला अधिकार नाही. पण तरीही, काहीतरी वेगळं आणि चांगलं व्हावं यासाठी मला जे मनापासून वाटतं ते मी सांगितलं तर कृपया गैरसमज करून घेऊ नका.

"मला असं वाटतं की, देवळाला सोन्याचा पत्रा लावल्याने देवाला मोठेपणा लाभत नाही आणि आपल्या भक्तीला पावित्र्य लाभत नाही. भक्ती मुळातच पवित्र असते आणि देखाव्याच्या पलीकडची असते. त्यासाठी एवढा मोठा खर्च करण्यात काय हशील? शिवाय, त्याला सांभाळण्याची जबाबदारी आली. यापेक्षा देवाच्या नावानं वेगळं काहीतरी करावं असं मला वाटतं. तीच गोष्ट करमणुकीवर होणाऱ्या अफाट खर्चाची. सिनेमात किरकोळ भूमिका करणाऱ्या एखाद्या स्त्रीचा तमाशा करण्यानं आणि त्यातल्या चावट लावण्या ऐकण्यानं आपली चार तास करमणूक होईल खरी; पण त्यांचा अंतिम फायदा काय? असली भडक आणि चावट करमणूक आपल्या जगण्याला श्रीमंत करत नाही. मोठ्या खर्चाचा बँड लावला नाही तर भैरोबा काही आपल्यावर रुसणार नाही. किंवा तुमच्यावर रागावणार नाही. कुस्त्यांचा फड ठेवा. पालखीसमोर लेझीम पथक नाचू द्या. डान्सच्या कार्यक्रमाऐवजी एखादा पोवाड्याचा कार्यक्रम ठेवा. शिवछत्रपती, संभाजीराजे यांच्या पराक्रमाचे आणि थोरवीचे एखादे व्याख्यान ठेवले तर आपल्या जगण्याला झळाळी लागेल. त्याचबरोबर गावातल्या साऱ्या तरुण मुलांना या पैशातून महाराष्ट्रातल्या गडकिल्ल्यांची ओळख करून द्या. त्यातून त्यांना इतिहास कळेल आणि देशसेवेची प्रेरणा मिळेल. आजच्या काळाचा विचार करता आपल्या शेतीला उपकारक ठरणारं एखाद्या शेतीतज्ज्ञाचं व्याख्यान ठेवलं तर त्यातून आपल्याला प्रेरणा मिळेल. त्याच्या मार्गदर्शनातून आपल्याला शेतीचं उत्पन्न वाढवता येईल. झालंच तर आरोग्यावरची व्याख्यानं ठेवा. गोरगरीब समाजासाठी ज्यांनी आपलं अवघं आयुष्य खर्ची घातलं, अशा थोर पुरुषांच्या कार्यावर नामवंतांची व्याख्यानं ठेवा. आरोग्यशिबिरं घ्या. यासाठी खर्च केला तर आपल्या ज्ञानात भर पडेल. आपल्या आयुष्याला दिशा मिळेल. अशा कामातून आपल्या भैरोबालाही खूप समाधान होईल. माणसामध्ये असलेल्या ईश्वराची सेवा म्हणजेच देवादिकांची केलेली खरीखुरी भक्ती असते. आपल्या यात्रेत आनंद, करमणूक आणि ज्ञान यांचा सुंदर संगम झालेला असावा, असं मला वाटते." माझं बोलून झाल्यावर साऱ्यांनी टाळ्या वाजवून त्याला पाठिंबा दर्शवला.

निमित्त नवसाचे

महाराष्ट्राच्या प्रत्येक गावात कमीत कमी पाच-सात तरी देवदेवता गुण्यागोविंदाने नांदत असतात. विठोबा, मारुती, खंडोबा, श्रीगणेश, जाखाई-जोखाई, मरिआई यांपैकी एखादी आणि गावचे ग्रामदैवत. यामध्ये महत्त्वाची भर असते म्हसोबाची. गावातल्या इतर देवदेवतांचे स्मरण काही ठरावीक वेळीच होते. उदाहरणार्थ, एकादशीला विठ्ठलाचे, गणेशचतुर्थीला गणेशाचे, चैत्रामध्ये मारुतीचे, आषाढी अमावास्येला मरिआईचे. ग्रामदैवताची यात्राही वर्षातून एकदाच भरते किंवा भरवली जाते. पण म्हसोबाच्या बाबतीत मात्र हा नियम लागू होत नाही. वर्षातून एकदा त्याची मोठी यात्रा होतेच. पण त्यापेक्षाही खेड्यांतील अनेक भाविक नवस बोलायला आणि नवस फेडायला या देवाकडे धाव घेतात. पुणे जिल्ह्यातील एका मुठीएवढ्या गावातल्या म्हसोबाला त्याच्या यात्रेच्या वेळी आजूबाजूच्या भोळ्या भाविकांनी नवसपूर्तीसाठी कापलेल्या बोकडांची संख्या होती साडेचार हजार! सोलापूर जिल्ह्यातल्या एका गावच्या म्हसोबाला दिवसभरात इतके बोकडांचे बळी दिले जातात, की या देवळापासून वाहणारा रक्ताचा पाट गावाबाहेर फर्लांगभर गेलेला असतो. यासारखीच किंवा थोडीशी अधिकच आंधळी श्रद्धा महाराष्ट्राच्या इतर जिल्ह्यांतही आपल्याला पाहावयास मिळते. शेंदराने माखलेला गुडघ्याइतक्या उंचीचा हा म्हसोबा साऱ्या गावाला आपल्या धाकात ठेवत असतो. हा म्हसोबा कमालीचा उग्र, तापट, आणि नवस न फेडणाऱ्या भक्ताच्या अवघ्या संसाराची धूळधाण करतो, अशी ग्रामीण माणसाची श्रद्धा असल्याने त्याच्याविषयी भक्ती वाटण्याऐवजी भीतीच फार वाटते. त्याची आपल्यावर कृपा नाही झाली तरी चालेल; पण अवकृपा तरी होऊ नये, या भीतीखालीच ग्रामीण माणूस जगत असतो. त्यामुळे तो लिंबलोण घेऊन; एखादे कोंबडे घेऊन तीन-चारदा तरी म्हसोबाच्या दर्शनाला जात असतो.

या भीतीयुक्त भक्तीमुळे सामान्य माणूस बऱ्याच गोष्टींना पारखा होतो. त्याला

सत्यानिष्ठ, शुद्ध आणि शाश्वत अशा देवाधर्मांची ओळख होत नाही. आपल्या स्वत:च्या इच्छा आणि लालसा पूर्ण करणाऱ्या कर्मकांडांना आणि धार्मिक विधीनांच तो धर्म मानतो. पण कर्मकांडाने माखल्याने विकृत झालेला आचार म्हणजे धर्म नव्हे, हे त्याला कधीच समजत नाही. विज्ञान आणि विवेक यांना दूर सारून तो गतार्थ असलेल्या रूढी-परंपराचा दास बनतो. ज्याला आपण जन्म देऊ शकत नाही अशा प्राण्यांचा जीव घेणे, ही काही पुण्याची गोष्ट नव्हे. बोकडांचा बळी देण्याच्या निमित्ताने व्यसनाला मात्र प्रतिष्ठा लाभते. आणि आधीच गरीब असलेला शेतकरी नाहक खर्चात पडतो, कर्जाच्या गाळात पार बुडून जातो. शेतकऱ्याच्या दारिद्र्याला इतर अनेक कारणे असली तरी म्हसोबासारख्या देवांच्या नवसपूर्तीसाठी होणारा किंवा केला जाणार खर्चही त्याला तितकाच कारणीभूत आहे. सामाजिक प्रतिष्ठा आणि मोठेपणा यासाठी हा भक्त तीस-चाळीस हजारांपर्यंत खर्च करतो. घरातल्या कुपोषणामुळे मरायला टेकलेल्या पोरांसाठी त्याला खर्च करावासा वाटत नाही.

हे विचार माझ्या मनात आले, ते माझ्या नात्यातला रामभाऊ आमंत्रण द्यायला घरी आला तेव्हा! तो मला म्हणालो, "अण्णासाहेब, येत्या शुक्रवारी गावच्या म्हसोबाला दोन बोकडांचा बळी देऊन नवस फेडणार आहे. आपल्या विहिरीला पाणी लागलं म्हणून एक बोकड आणि आठ दिवस आजारी असलेल्या लेकराला आता बरं वाटतंय; म्हणून दुसरा बोकड कापणार आहे. देवाचा प्रसाद खाण्यासाठी तुम्ही सवड काढून आलं पाहिजे."

साधारण परिस्थिती असलेल्या रामभाऊचा हा खर्च मला अनाठायी वाटला. मी त्याला समजुतीच्या सुरात म्हणालो, "आपली ही मंडळी कर्मकांडाने नासलेल्या या धर्माचाराच्या मगरमिठीतून केव्हा सुटणार आहेत? तुझा हा म्हसोबा माझ्यासाठी बोकड कापा, मला कोंबडं द्या,' असं कधीच म्हणत नाही. नव्हे; कोणताही देव आपल्या भक्ताकडे कसलीच मागणी करत नसतो. शुद्ध मनानं त्याच्या पायावर एखादं फूल वाहिलं तरी तो प्रसन्न होतो. म्हसोबाच्या कृपेनं तुझ्या विहिरीला पाणी लागलं नाही. आणि तसंच असेल तर म्हसोबाच्या कृपेनं काळ्याकभिन्न पाषाण खणून पाणी लागतं का बघ. तसेच बदलत्या हवामानामुळे, खाण्यातल्या बदलामुळे लहान मूल आजारी पडतं; म्हसोबाची अवकृपा झाली म्हणून नाही. तू नवस बोलला नसता तरी मुलाला बरं वाटलं असतं. म्हसोबाच्या कृपेनं पोरगा जगला म्हणावं तर नवस बोलून तुझ्या मावसभावाचा पोरगा गेल्याच आठवड्यात का मरण पावला? इतर धर्मातले लोक म्हसोबाला जात नाहीत; म्हणून त्यांचं काही बिघडलं? देवाच्या नावानं आपल्याला दारू-मटणावर ताव मरायचा असतो, हे त्यामागचं खरं कारण असतं. तू असलं काही करून कर्जबाजारी होऊ नकोस, असं माझं सांगणं आहे."

त्याने कानाला हात लावून क्षमा मागितली आणि होकार दिला.

धान्यबँक आणि माणुसकी

मध्यंतरी माझ्या एका वर्गमित्राच्या गावी जाण्याचा योग आला. त्याने नव्याने बांधलेल्या घराच्या वास्तुशांतीच्या निमित्ताने मला तिथे जाता आले. वास्तुशांतीचा विधी झाला; त्या निमित्ताने त्याने दिलेले भोजनही छान होते. गावातली सारी मान्यवर मंडळी वास्तुशांतीला आली होती. भोजनानंतर आम्ही सारे जण अंगणातल्या मंडपामध्ये पानसुपारी खात असताना गावचे पुढारीपण करणारी काही मंडळी त्यांच्या कसल्यातरी बँकेवरून चर्चा करत होती. त्यांचे ते बोलणे मला जरा वेगळे वाटले म्हणून मी त्यातल्या एकाला विचारले, ''काय भानगड आहे तुमच्या या बँकेची? कसली वर्गणी द्यायची असते या तुमच्या बँकेला? कुणाला कर्ज देते तुमची ही बँक?''

पांढऱ्या स्वच्छ कपड्यातला आणि 'शहरी चेहरा' असलेला हा माणूस परगावचा आहे आणि बऱ्यापैकी अडाणी आहे, असे त्याला वाटले असावे. माझ्या अडाणी प्रश्नांना उत्तर देताना तो म्हणाला, ''साहेब, आम्ही आमच्या गावी एक वेगळीच बँक स्थापन केली आहे. अशी बँक इतर कुठं असेल असं वाटत नाही. आम्ही साऱ्या गावकऱ्यांनी एकमतानं असं ठरवलं की, आपल्या गावात गोरगरीब लोकांसाठी एक धान्य-बँक स्थापन करायची. या बँकेचा शेअर म्हणून गावकऱ्यांनी पैसे द्यायचे नाहीत; तर आपल्या शेतातलं धान्य द्यायचं. तेही कुणाला ओझं वाटणार नाही अशा स्वरूपात आम्ही ते मागतो. एखाद्या शेतकऱ्याकडे दहा-पंधरा पोती ज्वारी झाली असेल, तर त्याने एक पोतं म्हणजे शंभर किलो ज्वारी या बँकेला द्यायची. त्यातली ५० किलो ज्वारी शेअर म्हणून / देणगी म्हणून घेतो. आणि उरलेल्या पन्नास किलोचे पैसे वर्षअखेरीला आम्ही त्याला देतो. या विकत घेतलेल्या ज्वारीला आम्ही भरमसाट दर देत नाही. ज्याच्याकडे गहू पिकला असेल त्याने गहू द्यायचा. मका, ज्वारी पिकली असेल तर ती द्यायची. मूग, मटकी, चवळी झाली असेल

तर ती त्याने द्यायची. उत्पन्नाचा अंदाजे दहावा हिस्सा आम्ही घेतो. नंतर सारं धान्य एकत्र करून आम्ही विक्रीला ठेवतो.''

यावर शंका म्हणून मी त्याला विचारले, ''एखाद्या माणसाने लबाडी केली, धान्याचे पैसेच दिले नाहीत तर तुम्ही काय करता?''

त्यावर तो म्हणाला, ''हातावर पोट असलेला गरीब माणूस खूप प्रामाणिक असतो. सचोटीने वागतो. आतापर्यंत तरी आम्हांला तसा वाईट अनुभव आला नाही. साहेब, खरी गोष्ट अशी आहे की, मजुरीवर जगणाऱ्या लोकांना रोजच्या रोज मजुरी मिळते असं नाही. पावसाळ्यात शेतीवाडीची कामं बंद असताना त्यांची फारच उपासमार होते. चार-चार दिवस चूल पेटत नाही. पोट भरायला ही माणसं बाहेरही जातात. त्यामुळे गावकऱ्यांना मजुरांची पंचाईत होते. अशा लोकांना आम्ही या बँकेतून उधारीवर धान्य देतो. आणि त्यांनी ते सवडीने थोडं-थोडं करत परत फेडायला सांगतो. आमचाच एक कार्यकर्ता कसलंही मानधन न घेता सारा हिशेब ठेवतो. या बँकेमुळे मजूर आणि मालक यांच्यात माणुसकीचं फार छान नातं तयार होतं. आमची ही बँक माणसाला माणसाशी जोडण्याचं काम करते.

''आमचा हा कारभार स्वच्छ आणि सचोटीचा होण्यासाठी आम्ही गावकऱ्यांनीच काही नियम तयार केले आहेत. कोणत्याही मजुरानं एका वेळी दहा किलोपेक्षा जादा धान्य घ्यायचं नाही. स्वस्तात घेतलेलं हे धान्य त्याने काळ्या बाजारात विकायचं नाही. घेतलेलं धान्य परगावच्या नातेवाइकांना द्यायचं नाही. हे धान्य विकून त्याने दारू प्यायची नाही. एवढंच नव्हे; तर जो मजूर दारू पितो, नशेत लोळतो, त्याला धान्यच द्यायचं नाही. किंवा जो मजूर यामध्ये गैरव्यवहार करेल त्याला पुढील वर्षी धान्य द्यायचं नाही. हे नियम सारे जण मनापासून पाळतात.

''साहेब, या गरिबांच्या पेटलेल्या चुलीतला अग्नी नुसत्या प्रकाशाचं प्रतीक नाही, ते माणुसकीचं प्रतीक आहे. उपाशी लेकराच्या मुखात जाणारा हा घास म्हणजे आम्हा गावकऱ्यांना ईश्वराची पूजा वाटते.''

''छान प्रयोग आहे हा. इतर बँका व्याजावर व्याज घेऊन कर्जदाराला बेजार करतात. तुमची बँक व्याज न घेता त्या माणसाला आधार देते. मूठभर नोटांपेक्षा मूठभर धान्य केव्हाही मोठं असतं.'' असं मी म्हणताच सर्वांनी टाळ्या वाजवून आनंद व्यक्त केला.

रांजणगावचा आदर्श

रांजणगावच्या शिकलेल्या आणि नोकरी करणाऱ्या तरुणांनी तालुक्यातल्या शंभर गावांसमोर एक आदर्श घालून दिला. त्यासाठी त्यांना दिवाळी सणाचे निमित्त सापडले. शिक्षण, सरकार, शेती, पोलीस, बँका आणि कृषी खात्यात नोकरी करणारे हे सारे युवक सणानिमित्त गावी आले होते. शहरांमध्ये रमलेल्या या तरुण मंडळींना आपल्या गावासाठी, आपल्या लोकांसाठी काहीतरी करावे, असे मनापासून वाटत होते. दिवाळीच्या दुसऱ्या दिवशी एकमेकांना भेटण्यासाठी हे सर्व जण देवळासमोर असलेल्या विस्तीर्ण ओट्यावर एकत्र आले. त्यांना भेटण्यासाठी त्यांचे शाळकरी मित्रही आले. गावातली इतर मंडळीही आली. नोकरी-धंदा, पगार-प्रमोशन, प्रशासन-राजकारण आणि शहरातील गर्दी-गोंधळ या विषयांवर भरपूर गप्पा झाल्यावर या सर्वांची चर्चा शिक्षणावर येऊन थांबली. या तरुणांचे असे म्हणणे पडले की, आपल्या गावाची सर्वांगीण प्रगती व्हायची असेल तर आपल्या प्राथमिक आणि माध्यमिक शाळांत शिकणारी मुले कर्तबगार, गुणसंपन्न आणि गावाचे भूषण ठरावयाची असतील तर या मुलांना दर्जेदार शिक्षण मिळाले पाहिजे. आपली ग्रामीण मुले बुद्धिमान असतात; पण त्यांना साधने मिळत नाहीत; मार्गदर्शन मिळत नाही, प्रोत्साहन मिळत नाही. योग्य शिक्षण न मिळाल्याने त्यांचा पायाच कच्चा राहतो.

एक गावकरी मध्येच म्हणाला, ''अहो, सरकार व जिल्हा परिषद आता शिक्षणावर खूप भर देऊ लागलं आहे. नवनव्या योजना आणतंय; नवे उपक्रम राबवतंय आणि शिक्षकांनाही तरबेज करू लागलंय. सगळ्या पोरांना मोफत पुस्तकंसुद्धा देतंय.''

यावर प्रशासनामध्ये चांगल्या पदावर असलेला मानसिंग त्यांना अडवत म्हणाला, ''मला या साऱ्या गोष्टींचा चांगला अनुभव आहे. पण माझा अनुभव असा की, सरकारच्या घोषणा खूप; पण कार्यवाही कमी. योजना खूप; पण फंड कमी. उपक्रम चांगले; पण

अंमलबजावणी मंद गतीनं. प्रत्येक शाळेला संगणक देण्याची घोषणा सरकारनं केली. आपल्या तालुक्यात किती शाळांना संगणक मिळाले? त्यातही ज्या शाळांना ते मिळाले, तिथं संगणक शिक्षकच नसल्यानं आपली पोरं नुसती त्याकडे टक लावून बघतात. ती शिकायची कधी? आणि दोन-तीन संगणकांवर शिकणार किती?''

मानसिंगने असे सांगताच शिकलेल्या साऱ्या तरुणांनी आणि जमलेल्या गावकऱ्यांनी जोरात टाळ्या वाजवून पाठिंबा दिला. स्वागत केले.

तो पुढे म्हणाला, ''हे पंधरा जण आणि आपल्या हायस्कूलमधले काही शिक्षक असे मिळून शाळेला लागणारे संगणक देणगी म्हणून देण्यास तयार आहोत... जमलं तर एखादा जाणकार शिक्षकही आम्ही पाहतो. आपल्याच गावच्या चार-दोन पोरांना शहरात पाठवून आपण त्यांचं ट्रेनिंग पूर्ण करून घेऊ. रांजणगावच्या पोरांचा हात गोट्या खेळण्यात जितका तरबेज असतो, तितकाच तो संगणकावरही कौशल्य दाखवतो, हे समाजाला कळू द्या. यातूनच पुढे कर्तबगार व मोठे अधिकारी निर्माण होतील.''

मानसिंगचे बोलणे संपताच गंगाराम नावाचा दुसरा तरुण उत्साहाने समोर येऊन म्हणाला, ''मानसिंगराव, आपण इथंच थांबायचं नाही. वर्षातून आपण दोन वेळा एकत्र येऊ. दिवाळीला आणि देवाच्या यात्रेवेळी. या दोन्ही वेळेला आपण प्रत्येकानं जास्तीत जास्त रकमेची देणगी देऊ आणि त्याचं एक स्वतंत्र खातं काढू. या पैशातून आपण गरीब पोरांना दप्तरं घेऊन देऊ. गंभीर आजार असलेल्या मुलांच्या औषधपाण्याचा खर्च करू. काही पालकांना स्वतःच्या पोरासाठी चष्मा विकत घेता येत नाही. हातावर पोट असणाऱ्या मजुरांना तो खर्चही मोठा वाटतो. त्यासाठी आपण पुढाकार घेऊ. या साऱ्या मुलांची आरोग्य तपासणी करण्यासाठी हा निधी वापरू. तसं म्हटलं तर करण्यासारखं खूप काही आहे. सरकारवर विसंबून राहण्यात काही अर्थ नाही.''

एवढं बोलून गंगाराम सांगून थांबतो न थांबतो तोच मागासवर्गीयातून शिकून मोठा झालेला संताजी उत्साहाने म्हणाला, ''आपल्या पोरांच्या शिक्षणासाठी मी दोनच गोष्टी आपल्यासमोर ठेवतो. शाळेत रिक्त असलेल्या शिक्षकाची जागा सहा-सहा महिने भरली जात नाही. एखादा नेमलाच तर तो शिकवण्याऐवजी स्वतःच्या अडचणी सांगत बसतो. त्यासाठी मला असं वाटतं की, विज्ञान, गणित आणि इंग्लिश या विषयांची चांगली तयारी करून घेण्यासाठी आपण एखाद्याला स्वतंत्रपणे नेमून टाकावं. या विषयात चांगले गुण मिळवलेले, पण नोकरी नसलेले अनेक पदवीधर आपल्याला मिळतील, त्याचाही विचार करावा. दुसरी सूचना अशी की, आपली खेड्यांतील मुलं खेळांमध्येही खूप चांगली असतात. एखादा क्रीडाशिक्षक नेमून आपल्या मुलांना उत्तम मार्गदर्शन देता येईल. आपल्या गावचा एखादा तरुण एखाद्या खेळामध्ये देश पातळीवर चमकावा, असं मला वाटतं.''

शेवटी आणखी एक जण उभा राहिला आणि म्हणाला, ''आपण शिकलेली मंडळी हे करूयाच. हे घ्या माझी पाच हजारांची देणगी. पण गावकऱ्यांनीही यात भाग घेतला पाहिजे. दर वर्षी नामसप्ताहासाठी हजारो रुपये गाववाले खर्च करतात; पण किती लोकांनी ज्ञानेश्वर-तुकोबांची शिकवण आचरणात आणली? असले सप्ताह बंद करून, प्रवचनांचा सप्ताह कमी करून तो पैसा आपल्या पोरांच्या शिक्षणासाठी खर्च केला पाहिजे.''

टाळ्या वाजवून साऱ्यांनी त्याला पाठिंबा दिला. आणि बघता-बघता त्याच बैठकीत लाखभर रुपयांची देणगी गोळा झाली.

अवघ्या दोन वर्षांत या तरुणांनी गावकऱ्यांच्या मदतीने साऱ्या योजना अंमलात आणून एक आदर्श शिक्षणकेंद्र म्हणून रांजणगावला जिल्ह्यामध्ये अग्रस्थानावर नेले.

पैसा वाचवण्याची अनोखी पद्धत

माझ्या बहिणीच्या गावी बैलपोळ्याचा सण मोठ्या थाटामाटात साजरा केला जातो. सारा गाव– अगदी पोराठोरांसह– मोठ्या आनंदाने आणि तितक्याच उत्साहाने त्यात सहभागी झालेला असतो. सजवलेल्या, देखण्या बैलांची वेशीपासून निघालेली मिरवणूक संपूर्ण गावाला फेरा मारते. लेझीम पथक, गजी ढोल, वाजंत्र्यांचा ताफा, हलगीचा ठेका, आणि बेफाम होऊन नाचणारी पोरे खूप दिवसांत पाहिली नाही, म्हणून मी तिच्या गावी जायचे ठरवले. त्या निमित्ताने माझ्या आजारी असलेल्या बहिणीलाही भेटता येईल, हा त्यामागे विचार होता.

आदल्या खांदमळणीच्या दिवशीच मी तिच्या घरी पोहोचलो. दुपारी बैलांची मिरवूणक पाहिली. थोडा वेळ मिरवणुकीत सहभागी झालो. बैलांना पुरणपोळीचा प्रसाद खाऊ घातला आणि निवांत झालेले बरेच गावकरी मारुतीच्या देवळात जमले. चर्चा सुरू झाली. बैलांना सजवण्यासाठी विकत घेतलेल्या विविध बाबींवर बोलणी सुरू झाली. मी आपला त्यांची चर्चा ऐकण्याचे काम करत होतो. एक जण म्हणाला, ''मला एकेक वस्तू विकत घेण्यासाठी तीन दिवस तालुक्याला हेलपाटे मारावे लागले. 'माल संपला. उद्या या.' असं दोन-तीन दुकानदारांनी सांगितलं. काय करणार! मारले हेलपाटे मी.'' दुसरा त्याला साथ देत म्हणाला, ''बैलाच्या गळ्यात घालायच्या रंगीत माळा, मला खूप महागात घ्याव्या लागल्या. एकाच दुकानात उपलब्ध असल्यामुळे दुकानदाराने सांगितलेली किंमत मला द्यावी लागली. दुप्पट पैसा गेला माझा.'' तिसरा गावकरी आपला अनुभव सांगताना म्हणाला, ''माझ्या खिलारी खोंडांच्या गळ्यात बारीक घुंगराची माळ घालायची होती. दोन-तीन दुकानांत चौकशी केली. अवाच्या सवा किंमत सांगितली. पोराच्या हट्टापायी मुलखाची किंमत मोजावी लागली मला.'' ''यंदा गेल्या सालापेक्षा रंगाच्या किमतीसुद्धा भडकल्या

आहेत. त्यात पुन्हा गरज नसताना दुकानदार मोठा पुडा आपल्या गळ्यात मारतो... एकूण काय, तालुक्याला चार-चार हेलपाटे, पैशांचा चुराडा, शेतीकामाचा खोळंबा आणि व्यापाऱ्यांची लूटमार म्हणजे आपला सण... अनेकदा वाटतं हे कुठंतरी थांबलं पाहिजे किंवा दुसरी काहीतरी वाट शोधली पाहिजे.'' असे चौथ्या शेतकऱ्याने सांगितल्यावर सारेच गावकरी गंभीर झाले. त्यांच्या बोलण्याचा सूर असा होता, की एकाच वस्तूसाठी दहा जणांना दहा हेलपाटे मारावे लागतात. दहा जणांचा प्रवासखर्च होतो आणि सणाची निकड पाहून इथले व्यापारी नेहमीपेक्षा दुप्पट दर लावून आपली पिळवणूक करतात. त्यांची ही सारी चर्चा ऐकून झाल्यावर मी गावाचे कारभारी असलेल्या चार-दोन तरुणांना म्हणालो, ''तुमच्या या अडचणींबाबत मी थोडंसं बोलू का? माझं म्हणणं तुम्हांला पटतंय का बघा. मी जे सांगणार आहे ते मनापासून अमलात आणलं तर सर्वांचाच त्रास वाचणार आहे. सर्वांचाच फायदा होणार आहे.''

''सांगा सांगा. जरूर सांगा. तुमचा शब्द आम्ही खाली पडू देणार नाही.'' असं एकाच वेळी चार-सहा जणांनी सांगितल्यावर मी त्यांना म्हणालो, ''तुमच्या गावात अन् प्रत्येक खेड्यांत दहा-पंधरा घरं सोडली तर प्रत्येकाकडं एखादं जनावर असतं. अगदी मजुरीला जाणारा माणूससुद्धा एखादी गाय सांभाळतो. आणि प्रत्येक शेतकरी हा सण साजरा करतो. तेव्हा तुम्ही गावच्या पुढाऱ्यांनी सणाच्या आधी साऱ्या गावकऱ्यांची एक बैठक घ्यावी. आणि या सणासाठी कुणाला काय-काय हवं, किती नग हवेत, हे विचारून याची यादी तयार करावी. आणि या गोष्टीची ऑर्डर मुंबई-पुण्यासारख्या ठिकाणी असलेल्या मोठ्या व्यापाऱ्यांकडे नोंदवावी. रंगीत मण्यांची एक माळ तुम्हांला इथं ५० रुपये किमतीला पडत असेल, तर सत्तर गावकऱ्यांच्या ७० माळा एकाच वेळी खरेदी केल्या तर त्या निम्म्या किमतीलाच पडतील. नुसत्या माळाच नव्हे, तर बैलपोळ्याला लागणारे सारे साहित्य गावकऱ्यांनी एकत्र येऊन खरेदी केले तर वेळ, पैसा, आणि मनस्तापही वाचेल. एखादा तरुण पाठवून ते साहित्य गावी आणता येईल किंवा पार्सलने मागवता येईल. त्याच्या पुढे जाऊन मी तुम्हांला असं सांगू इच्छितो की, तुमची ही सामुदायिक खरेदी पोळ्याच्या सणापुरतीच ठेवू नका. शेतीला लागणारे खत, पेरणीसाठी लागणारं बी-बियाणं, फवारणीची औषधं, शेतीला लागणारी अवजारं, फळं पाठवण्यासाठी लागणारे बॉक्स, तुमच्या दुधासाठी लागणाऱ्या किटल्या या साऱ्या घ्या ना शंभराच्या पटीत. नाहीतरी प्रत्येक शेतकऱ्याला या साऱ्या गोष्टी लागतच असतात. अशी सामुदायिक पद्धतीनं मोठी खरेदी केली तर वर्षभर फार मोठी रक्कम शिल्लक राहील.

''एवढंच नव्हे, काटकसर ही पैसा कमावण्याइतकीच महत्त्वाची गोष्ट आहे. मी आमच्या एका मित्राचेच उदाहरण देतो. आम्ही वीस-पंचवीस मित्रांनी एकत्र येऊन

आम्हांला लागणारी (दात घासण्यासाठी) पेस्ट, बिस्किटे, बल्ब, अंगाचा साबण, दाढीचे ब्लेड, आणि घरात बायकांना लागणाऱ्या वस्तू एकाच वेळी खरेदी केल्यावर आम्हांला त्या खूप स्वस्तात मिळाल्या. शिवाय, या वस्तू नासणाऱ्या किंवा निरुपयोगी होणाऱ्या नाहीत. तुम्हीही असाच विचार करा. यातून गावाची एकी टिकते. निष्कारण तुलना होत नाही. एकमेकांना मदत करता येते. हा व्यवहार म्हणजे माणसाला माणसाशी जोडण्याचे पुण्यकर्मच म्हणावे लागेल.''

''छान, छान! फार चांगली कल्पना आहे ही. सरपंच, तुम्ही पुढाकार घेऊन सगळी खरेदी करा. आमचा तुम्हांला संपूर्ण पाठिंबा आहे.'' असे एकाने म्हणताच इतर साऱ्यांनी ''हो, हो. आमचाही पाठिंबा आहे.'' असे म्हणून आनंद व्यक्त केला.

सुपीक जमिनीसाठी...

'वाढते शहरीकरण, वेगाने सुरू होत असलेले महामार्ग आणि रेल्वेमार्ग, नानाविध कारखाने व तालुका पातळीवरच्या वाढत्या औद्योगिक वसाहती यामुळे पिकाखालच्या शेतीचे प्रमाण झपाट्याने कमी होत चालले आहे. त्यातच वाढती लोकसंख्या आणि एका शेताचे होणारे छोटे-छोटे तुकडे शेत-जमिनीचे प्रमाण घटत चालले आहे आणि त्यातून येणारा शेतमालही कमी प्रमाणात हाती पडतो आहे. भरीसभर म्हणून बेभरवशाचा पाऊस, मध्येच नासाडी करणारी गारपीट आणि महापूर यामुळे पुन्हा शेतीच्या उत्पन्नाला खोट बसत आहे. त्यातही रक्ताचे पाणी करून अन्नधान्य व भाजीपाला पिकवला तरी भाव पडल्यामुळे शेतकऱ्याच्या हातात उत्पन्नाचा खर्चही निघत नाही, इतके कमी पैसे पडतात. या साऱ्यांसाठी चांगला भाव मिळाला पाहिजे, हे जितके खरे; तितकेच एकरी उत्पन्न वाढणे-वाढवणे हेही तितकेच महत्त्वाचे आहे. एका एकरात चार पोती धान्य पिकत असेल तर त्याच एकरात आठ पोती धान्य कसे निघेल, यावर आता प्रत्येक शेतकऱ्याने गांभीर्याने विचार केला पाहिजे. आणि असे उत्पन्न येण्यासाठी प्रत्येक शेतकऱ्याने जाणीवपूर्वक प्रयत्न केले पाहिजेत, प्रयोग केले पाहिजेत, यात शंका नाही.

आपल्या शेतीतून एकरी जादा उत्पन्न येण्यासाठी हुकमी पाणी आणि अधिक उत्पन्न देणाऱ्या बियाणांची गरज आहेच; पण त्याबरोबरच आपली उपजाऊ जमीन कसदार असेल तर खातरीने आपल्या उत्पन्नात वाढ होते. तिची सुपीकता वाढली पाहिजे. पिकाला लागणाऱ्या पोषक घटकांचे प्रमाण उत्तम असले पाहिजे. बाळाला जन्म देणाऱ्या मातेचे आरोग्य आणि आहार चांगला असेल, तरच तिच्या पोटातले बाळ निरोगी आणि बाळसेदार होईल. तसेच आपल्या शेतीचेही आहे. कसदार जमीन नसेल तर दर्जाने उत्तम व संख्येने भरपूर असे उत्पन्न येणारच नाही. आपल्या अंगाला लोणी माखून आपले वजन वाढणार

नाही; ते लोणी पोटातच गेले पाहिजे. त्यातूनच आरोग्याला मदत होईल, यात शंकाच नाही. वाढत्या उत्पन्नशिवाय आजघडीला शेतीला पर्याय नाही.

आपल्या शेतजमिनीला सुपीकता येण्यासाठी आपण काय केले पाहिजे? यातली पहिली गोष्ट अशी की, कुणी कितीही आग्रह केला तरी वरखताचा वापर जाणीवपूर्वक कमी केला पाहिजे. वरखताने जमिनीचे आरोग्य बिघडते. आजारी माणसाला बरे वाटण्यासाठी तात्पुरते टॉनिक द्यावे, तसा या वरखतांचा जमिनीला तात्पुरता फायदा होतो. अन्न न खाता नुसते टॉनिक घेऊन माणसाची प्रकृती सुधारेल का? बिलकूल नाही. म्हणून अगदीच नाइलाज झाला तरच गरजेपुरते वरखत द्यावे. जमिनीची सुपीकता वाढवण्यासाठी कमी खर्चाचे, सहज उपलब्ध होणारे अनेक उपाय आहेत; त्यांचा आपण अवलंब करायला हवा.

ही सुपीकता येण्यासाठी काय करायला हवे? त्यासाठी काही गोष्टी शेतकऱ्यांसमोर ठेवतो.

१. आपल्या शेतीची सुपीकता वाढवण्यासाठी नदी, तळे आणि ओढा यांच्या पोटाशी साचलेला गाळ शेतात पसरून तो एकजीव करून घ्यावा. पोयटा माती किंवा हा गाळ म्हणजे भूमीचे फूल. दुधावरची साय जशी सत्त्वयुक्त असते; तसा हा गाळ असतो. जमेल तितका आणि जमेल तेवढा तो आपल्या जमिनीत घातला पाहिजे.

२. शेतातला पालापाचोळा, काटक्या आणि खुरपणीतून निघालेले तण जाळून टाकण्यापेक्षा किंवा फेकून देण्यापेक्षा ते तेथेच जमिनीत गाडले तर त्याचे उत्तम खत तयार होते. अनेक बागायतदार ऊस तोडून नेल्यानंतर रानात असलेला पालापाचोळा जाळून टाकतात. माती भाजल्याने ती कसदार होत नाही. उलट, मातीच्या आधारे वाढणारे सूक्ष्म जीवजंतू जळून नष्ट होतात. तेव्हा तो पालापाचोळा उसाच्या चरीत पुरून टाकावा.

३. जमिनीवर फळबाग असेल तर आपल्या जनावरांचे शेण आणि मलमूत्र पाण्यात कालवून फळझाडांच्या बुंध्याशी ओतले तर रोगनिवारण होते आणि फलधारणाही चांगली होते. मात्र, हा प्रयोग एकदाच करून भागत नाही. वर्षातून कमीत कमी तीन वेळा ते फळझाडांना मिळावे. फळबाग नसेल तर शेतातल्या कोणत्याही पिकाला ते घालता येते.

४. जनावरांचे मूत्र एकत्र करून त्याची फवारणी केल्यास किडीपासून पिकांचे संरक्षण होते अन् महागड्या फवारणी-औषधांचा खर्च वाचवता येतो. आजकाल अनेक शेतकरी हा प्रयोग करत आहेत आणि त्यांच्या मालास / भाजीपाल्यास जादा दर मिळत आहे.

५. शेताचा एक तुकडा एकाच पिकासाठी वारंवार वापरू नये. यंदा मका पीक घेतले आणि पुढच्या वेळी भुईमूग पीक घेतले तर शेतजमिनीतील पोषक घटक कमी होत नाहीत.
६. मूग, हरभरा, मटकी अशी डाळवर्गातील पिके आलटूनपालटून घेतली तर या पिकांमुळे जमिनीतील नत्राचे प्रमाण चांगले वाढते. त्यातूनही सुपीकता प्राप्त होते.
७. दर वर्षी एक-दीड एकर जमिनीवर ताग पेरावा आणि तो फुलाला आल्यानंतर तेथेच नांगरणी करून गाडून टाकावा. तागापासून तयार होणारे हिरवळीचे खत कोणत्याही पिकाला उपयुक्त ठरते. त्यातून चांगले उत्पन्न निघते.
८. याशिवाय, आपल्या शेतात चांगले कुजलेले शेणखत, कंपोस्ट खत किंवा गांडूळ खत घातले तर नेहमीच्या उत्पन्नापेक्षा खातरीने अधिक उत्पन्न प्राप्त होते.
९. आपल्या घरी शेळ्या-मेंढ्या आणि इतर जनावरे असतील तर कायम गोठ्यात न बांधता आपल्या मोकळ्या शिवारात जागा बदलून बांधावीत. त्यामुळे जमिनीला चांगले खत मिळून उत्पन्न वाढते.
१०. यासाठी प्रारंभी थोडाफार खर्च झाला तरी दीर्घकालीन कसदारपणा टिकवण्यासाठी अन् उत्पादन वाढण्यासाठी अंतिमतः ते फायद्याचे ठरते, हे विसरू नये.

विचार मनात पाझरण्यासाठी...

आमच्या गावातले भजनी मंडळाचे काही सदस्य विठोबाचे दर्शन घेतल्यानंतर मला भेटण्यासाठी आले. माझ्याच भावकीतले वामनकाका हे या भजनी मंडळाचे प्रमुख. आमचे हे वामनकाका अनेक वर्षांपासून वारकरी पंथाचे निष्ठावान भक्त. त्यांनीच गावातील काही मंडळींच्या मदतीने एक भजनी मंडळ स्थापन केले. हे भजनी मंडळ दर एकादशीला व सणासुदीच्या निमित्ताने अभंग-गायन करत असे. गावकऱ्यांच्या मदतीने सात दिवसांचा पारायण सप्ताह करत असते. या दिवसांत गावामध्ये भक्तीचे वातावरण तयार होते, तेही एका परीने पुण्याचेच काम आहे; या भावनेने सारा गाव त्यासाठी खर्च करत असे. त्या निमित्ताने सुमारे तीनशे-चारशे भाविक आणि भक्त आठवडाभर गावात राहायचे. ज्ञानेश्वरी, तुकाराम गाथा किंवा एकनाथी भागवत अशा ग्रंथांचे सामूहिक वाचन आणि पठण केले जायचे. सायंकाळी एखाद्या महाराजांचे प्रवचन आयोजित केले जाई. आजूबाजूच्या चार-सहा गावांतले भाविक-भक्त व आमच्या गावातील एकूण एक स्त्री-पुरुष मंडळी ते ऐकण्यासाठी गर्दी करत. अशाच एखाद्या दिवशी मी प्रवचनासाठी यावे, अशी विनंती करण्यासाठी ही मंडळी माझ्याकडे आली होती.

वामनकाका मला म्हणाले, "अण्णासाहेब, तुम्ही संत तुकोबारायाचा एखादा अभंग घेऊन त्यावर प्रवचन करावे. प्रपंच आणि परमार्थ, जीव आणि जगत, पाप आणि पुण्य, समाजातले चांगले आणि वाईट, विठ्ठलभक्तीचे महत्त्व आणि तुकोबारायांची थोरवी याविषयी आम्हांस ज्ञानामृत पाजावे. पोथी वाचण्यासाठी आलेले तीनशे-चारशे भाविक आणि गावातील सारी मंडळी या प्रवचनासाठी येत असतात. अशा पारायणांमुळे गावातलं वातावरण बदललं आहे. पारायणाच्या सात-आठ दिवसांत गावातला कुणीही मांस-मच्छीला हात लावत नाही. काही मंडळी तर एक व्रत म्हणून आठ दिवस पायांत

चप्पलसुद्धा घालत नाहीत. सारा गाव भक्तिरसामध्ये डुंबत असतो. आम्हा गावकऱ्यांची विनंती आहे, तुम्ही एक दिवस सवड काढावी.''

सुरुवातीला मी थोडे आढेवेढे घेतले. अधिकारवाणीने तुकोबारायांवर बोलण्याइतपत अभ्यास नाही, असेही त्यांना सांगितले. तरीही त्यांनी हट्ट केल्यावर मी तुकाराममहाराजांनी माणसाने जगावे कसे, याविषयी सांगायचे कबूल केले. आणि 'जे का रंजले गांजले, त्यासी म्हणे जो आपुले' हा अभंग प्रवचनासाठी घेईन असेही सांगितले. या सप्ताहाऐवजी गावकऱ्यांनी दुसऱ्या अधिक उपयुक्त गोष्टी करायला हव्यात, असे मला वाटत असल्याने आणि हीच ती सांगण्याची वेळ आहे याची जाणीव मला झाली, म्हणून मी वामनकाकांना म्हणालो, ''काका, तुम्ही ग्रंथाचे पारायण करता ही चांगलीच गोष्ट आहे. त्या निमित्ताने संतांची चरित्रं लोकांच्या कानांवर पडतात. त्यांचे आचार-विचार लोकांना माहीत होतात. प्रपंचाबरोबर परमार्थ करता येतो. संसारात राहूनही भक्ती करता येते; याचे उदाहरण आपल्या समोर येते. पण आजकाल तुमच्या पारायणाला वेगळे आणि 'व्यवहारी' रूप आलेले आहे, हेही नाकारता येत नाही. त्यालाही दिखाऊ सोहळ्याचे स्वरूप आले आहे. तीनशे-चारशे भक्त ज्ञानेश्वरी किंवा तुकारामांची गाथा एकाच वेळी, मोठमोठ्याने वाचतात; पण त्यातला विचार किती जणांना नीटपणाने समजतो? किती जण आचरणात आणतात? मुखाने ओवी किंवा अभंग म्हटल्याने अंत:करण शुद्ध होत नसते. त्यांच्या मनात खोलवर काही पाझरत नाही. त्यातले अनेक जण उत्कट भक्तीपोटी या पारायणाला येतही नाहीत. आठ दिवस छानपैकी खायला-प्यायला मिळते, उत्तम व्यवस्था होते, आणि चार लोकांचे नमस्कारही मिळतात म्हणून यात सामील झालेले असतात. एवढा मोठा खर्च करून आपल्या गावकऱ्यांच्या पदरात काय पडते? कामधंदा सोडून सारा गाव यांच्या सेवेसाठी दिवसरात्र राबतो, ते वेगळंच. शिवाय या पारायण-प्रवचनामध्ये अनेक जण कर्मकांडांनी गिळून टाकलेला धर्मविचार आणि अंधश्रद्धेला खतपाणी घालणारी उपासना यावर भर देऊन विवेचन करतात. स्वर्ग आणि नरक यावर बोलण्यासेवजी आपल्या रोजच्या जीवनाला उपयोगी पडणारा विचार सांगणे गरजेचे आहे. जगण्याला उंचावणारा आणि बळ देणारा विचार आज समाजासमोर ठेवणे आवश्यक आहे.

''अशा गोष्टींवर पैसा खर्च करण्यापेक्षा संतांनी सांगितलेला मूल्यविचार व नीतिविचार यांची ओळख करून देणारी व्याख्याने ठेवणे अधिक फायद्याचे! समाजात एकी आणि प्रेम निर्माण करण्याचे मोठे कार्य आपल्या संतांनी केले; तो विचार आपल्यासाठी आज आवश्यक आहे. राज्य आणि केंद्र सरकारच्या स्पर्धा परीक्षेत यशस्वी झालेल्या ग्रामीण युवकांचे प्रेरणा देणारे अनुभव ऐकणे फायद्याचे. आपल्या आयुष्याला श्रीमंत करणाऱ्या श्रेष्ठ ग्रंथांची ओळख करून देणारी भाषणे लोकांना ऐकवा. आज सर्व क्षेत्रांमध्ये स्त्रियांनी

नेत्रदीपक प्रगती केली आहे. अशा कर्तबगार स्त्रियांची चरित्रे आपल्या स्त्रियांसमोर का ठेवू नयेत? गावाचे आरोग्य, स्त्रियांचे आरोग्य आणि बाळाचे आरोग्य यावरची व्याख्याने नक्कीच फायद्याची ठरतील. अशी सात-आठ व्याख्याने म्हणजे तुमच्या दृष्टीने पारायणेच म्हणायला हरकत नाही. असे एखादे व्याख्यान देण्यासाठी मी आनंदाने येईन.'' असे त्यांना म्हणताच त्यांनी माझ्या सूचनांचा आनंदाने स्वीकार केला.

नवा प्रयोग, नवी दृष्टी

आषाढी वारीच्या निमित्ताने नगर जिल्ह्याच्या नेवासे तालुक्यात असलेल्या रामवाडीचे बरेच वारकरी वारीला आल्यावर आमच्या घराला लागून असलेल्या मोकळ्या जागेत मुक्काम करतात. निवास, भोजन आणि भजनासाठी लागणारा सारा 'संसारच' ते बरोबर घेऊन येतात. या मोकळ्या जागेत राहुट्या उभारून ते मुक्काम करतात. झाडांची सावली, लाईटची सोय, स्वयंपाक करण्यासाठी छोटीशी खोली आणि पाऊस आला तर आमच्या घरात निवारा असल्यामुळे ते गेल्या दोन-तीन वर्षांपासून आमच्याकडे येतात. सारे शेती करणारे, दुधाचा व्यवसाय करणारे. त्यांच्या सोबत आलेल्या वारकरी स्त्रियाही अशाच शेतीवाडीत राबणाऱ्या म्हणजे पूर्ण भूमिपुत्र आणि भूमिकन्या, असा तो माहोल असतो. विठूरायाचे मुखदर्शन घेऊन फराळ झाल्यावर चार-सहा शेतकरी माझ्याशी गप्पा मारण्यासाठी आले. शेतीचे जटिल होत चाललेले प्रश्न, शेतीची धोरणे आणि घटत चाललेले उत्पन्न यावरच आमची बोलली चालली असताना सोपानभाऊ नावाच्या शेतकऱ्याने, त्याने आणि त्याच्या सहा-सात शेतकरी मित्रांनी केलेला एक यशस्वी प्रयोग मला सांगितला अन् त्यातून त्यांची आर्थिक प्रगतील कशी झाली, हेही स्पष्ट केले.

तो म्हणाला, "आता प्रत्येक शेतकरी घरी तयार केलेल्या बियाणांचा वापर करत नाही. जादा उत्पादन देणाऱ्या, लवकर उत्पन्न देणाऱ्या, आणि रोगराईला बळी न पडणाऱ्या नवनव्या बियांणाचा सररास वापर केला जातो. दर दोन वर्षांनी त्यात सुधारलेल्या नव्या वाणांची भर पडत असते. आम्ही चार-पाच शेतकऱ्यांनी नेहमीची पिकं घेऊन पाहिली; पदरात निराशेशिवाय काही पडलं नाही. अनेकदा तर पिकासाठी केलेले खर्चही त्या उत्पन्नातून निघाला नाही. कांदा केला, मातीत गाडला गेला. टोमॅटो केला, त्याच्याबरोबर आमचंही आयुष्य नासून गेलं. एकदा कोबी लावून बघितला. त्याला दर मिळाला नाही,

म्हणून जनावरांना खाऊ घातला. या कडवट अनुभवांमुळे आम्ही काहीतरी वेगळं करायचं ठरवलं. बियाण्यासाठी शेती करायचं ठरवलं. मग आम्ही जालना येथील सरकारी बियाणे मंडळाला, तेथील अधिकाऱ्यांना भेटलो. त्यांनी आधी शेती आणि पाण्याची व्यवस्था पाहण्यासाठी दोन अधिकाऱ्यांना पाठवलं. त्यांच्या पसंतीला आमची शेती आली. पाण्याची व्यवस्थाही त्यांना समाधानकारक वाटली. त्यानंतर बियाणांसाठी जे प्लॉट्स तयार करावयाचे असतात, ते त्यांच्या मार्गदर्शनाखाली केले. मातीची तपासणी करून घेतली. त्यांनी सांगितलेली खतं घातली. कोणतं खत कधी घालायचं, हे त्यांनी आम्हांला सांगितलं. दर १५-२० दिवसांनी ते पिकाची पाहणी करायचे. रोगराई होऊ नये म्हणून त्यांनी सांगितल्याप्रमाणे आम्ही सर्व काळजी घेतली. अगदी बी पेरण्यापासून तो बियाणाच्या पिशव्या भरेपर्यंत त्यांचे मार्गदर्शन असायचे आणि आमची मदत असायची. गेल्या दोन वर्षांपासून आम्ही पाच-सहा शेतकरी मक्याच्या बियाणाची शेती करतो आहोत. आमचा अनुभव असा की, नेहमीच्या मक्याच्या पिकापेक्षा थोडेसे अधिक कष्ट आणि काळजी घेतली तर तिप्पट दर मिळतो. म्हणजे एक एकर मका केल्यावर जे उत्पन्न येईल त्याच्या तिप्पट पैसा तेवढ्याच शेतीतून आपल्या हाती येतो. शेतकऱ्यांना इतर धान्यांचे बियाणे हवे असतेच की! तेसुद्धा करायला हरकत नाही. पारंपरिक शेती करून कर्जाच्या ओझ्याखाली मरण्यापेक्षा असे काहीतरी प्रयोग केल्याशिवाय शेतकरी समाधानाने जगणार नाही. आता शेतीकडे 'उद्योग' म्हणून पाहिले पाहिजे. असे केले तरच आपला निभाव लागणार आहे. सरकारच्या मंडळाप्रमाणे आता सरकारमान्य; पण खासगी बियाण्यांच्या कंपन्या निघाल्या आहेत. त्यामुळे पुढं-मागं त्यांच्यातील स्पर्धेपोटी शेतकऱ्याच्या बियाणाला यापेक्षाही जादा दर मिळण्याची शक्यता नाकारता येत नाही.''

त्याने हा नवा प्रयोग सांगितल्यावर निरोप घेताना तोच म्हणाला, ''तुम्ही एकदा माझ्याबरोबर आमची ही शेती बघायला चला. ती पाहून तुम्हांला तसे करावेसे वाटले तर मी स्वतः तुमच्या शेतीत बियाण्यांचा प्लॉट करण्यासाठी सगळी मदत करतो. त्या निमित्ताने मला दर खेपेला विठ्ठलाचं दर्शनही घेता येईल.'' त्याच्या पाठीवर थोपटत मी त्याला होकार देऊन टाकला.

मुलीचा आनंदाने स्वीकार करा...

कर्नाटकाच्या सीमारेषेवर असलेल्या एका खेडेगावात माझी जवळची नातेवाईक स्त्री राहते. यात्रा-जत्रा, विवाहसोहळा या निमित्ताने ती आम्हांला अधूनमधून भेटते. आमच्या घरीही येते. एके दिवशी ती आपल्या सुनेला घेऊन स्त्रीरोगतज्ज्ञ असलेल्या माझ्या सुनेला भेटायला आली. चहा घेता-घेता ती म्हणाली, ''मी मुद्दाम तुम्हांला भेटायला आले आहे. तुमचा सल्ला हवा आणि मदतही हवी. आमच्या या कामासाठी कितीही खर्च येऊ द्या, तो खर्च करायची आमची तयारी आहे.''

''सांगा, काय काम घेऊन आलात तुम्ही? कसली मदत करू मी?'' असे माझ्या सुनेने तिला सांगताच ती म्हणाली, ''तुम्हा सर्वांना ठाऊकच आहे, की शेतीवाडी बरी असल्याने आम्ही खाऊनपिऊन सुखी आहोत. तीस-पस्तीस एकर शेती आहे. त्यातली निम्मी बागायती आहे. केळी आणि डाळिंब बागेनं बऱ्यापैकी पैसा दिला आहे. शिवाय, माझा मुलगा बाळकृष्ण ग्रामपंचायतीचा सदस्य आहे. नुकताच एका दूध डेअरीचा चेअरमन झाला आहे. पण माझ्या या सुनेला पहिली मुलगी आहे. फार हुशार, देखणी आणि गोड आहे. पण एवढ्या मोठ्या इस्टेटीला, मोठं नाव असलेल्या खानदानी कुळाला अन् मेल्यावर तोंडात तीर्थ घालायला वंशाला पोरगा नको का? आता दुसऱ्या खेपेला तिला दिवस गेले आहेत. तुम्ही तिला नीट तपासा. सांगता आलं तर तिच्या पोटाला 'पेढा' जन्माला येणार की 'बर्फी', ते सांगा. तिसरी पोरगीच असेल तर आमच्या गावापासून जवळच कर्नाटकात काही दवाखाने अशा बाईला 'मोकळी' करतात. आमच्याच गावातल्या काही बायका काही दिवसांपूर्वी तिथे जाऊन आल्या आहेत. आम्हांला तिकडं जावं लागेल का, ते तुम्ही सांगा. तुमच्या सल्ल्यावर सारं अवलंबून आहे.'' आपल्या सुनेकडे वळून ती म्हणाली, ''सुनेत्रा, जा डॉक्टर मॅडमबरोबर आतल्या खोलीत!''

माझ्या सुनेने सुनेत्राला तपासले. तिच्याकडून माहिती घेतली. बाहेर येऊन तिने दोघींनाही योग्य तो सल्ला दिला. ती म्हणाली, ''मागच्या पिढीतल्या सर्वांनाच असं वाटतं की, आपल्या वंशाला दिवा पाहिजे. पण हा दिवा कधी पेटेल आणि घरादाराची राखरांगोळी करेल, हे सांगता येत नाही. लाडानं बिघडलेली काही पोरं ऐतखाऊ बनतात, व्यसनी बनतात. आईबापानं कमावलेली इस्टेट विकून चैनीत जगतात. तुम्ही विरोध केलात तर तुमच्या छातीवर बसून ते वसूल करतात. असला धूर ओकणारा आणि काजळलेला दिवा काय उपयोगाचा? तुमच्या गावातही असले बिनकामाचे दिवे तुम्ही पाहिले असतील ना?

''याउलट, ज्याच्या पोटाला एक-दोन मुलीच असतील, ती माणसं खूप समाधानानं जगतात. कारण लेकीचा जन्म दोन्ही घराला उजळवून टाकत असतो. म्हणून तर 'लेकीच्या ओठी, अमृताची वाटी' असं म्हटलं जातं अन् ते खरंच आहे. नेहमी आपण पाहतो की, मुलापेक्षा मुलीच अधिक प्रेमळ असतात. त्या सासरला आणि माहेराला विसरत नाहीत. म्हातारपणी एक वेळ मुलगा आईबापाची नीट काळजी घेणार नाही. पण मुली थोडंसं बरं नसलं तरी धावत येतात. निरपेक्ष सेवा करणे आणि निरपेक्ष माया करणे यामध्ये स्त्रीची बरोबरी कोणीच करू शकत नाही. या माया-ममतेमागे तिचा कसलाही स्वार्थ नसतो. आईने आपले दागिने द्यावेत आणि बाबाने बँकेतील ठेव द्यावी, अशी भावनाही तिच्या मनात येत नसते. आणि माणूस मेल्यावर त्याच्या मुखात मुलाने तीर्थ घातल्यावर तो स्वर्गात जातो, याला कसलाही आधार नाही. ही केवळ खुळी कल्पना आहे. उलट, मुलींना छान वाढवले, उत्तम शिक्षण दिले, संस्कार केले आणि तिच्यावर स्त्री म्हणून बंधने घातली नाहीत तर पुरुषापेक्षाही त्या मोठं कर्तृत्व गाजवतात, हे आज आपण पाहतोच आहोत. आज कुठलंही क्षेत्र असं नाही, की तिथं स्त्रीने कर्तृत्व दाखवलं नाही. तेव्हा माझं ऐका, होणाऱ्या बाळाचा आनंदानं स्वीकार करा आणि तुम्ही दोन्ही नातींना डोळ्यांतल्या बाहुलीप्रमाणे जपा. त्याच तुमचे डोळे होतील आणि जगाचं दर्शन घडवतील.''

दोघींना हा सल्ला आवडला आणि त्यांनी स्वीकारलाही!

गावातला 'रामा'

सत्तर-ऐंशी वर्षांपूर्वीची एक आठवण अचानक मनामध्ये जागी झाली. नुसती जागी झाली नाही; अगदी ठसठशीत रूपामध्ये नजरेसमोर साकार झाली. ही आठवण आहे माझ्याच गावची; माझ्या शेजारी राहणाऱ्या एका निराधार आणि गरीब माणसाची. या रामा चर्मकाराचे घर तर माझ्या घराला लागून होते. अंगणातली भिंत दोघांची सामाईक होती. हा रामा गडी स्वभावाने गरीब, कामाला प्रामाणिक आणि वागायला कमालीचा नम्र. एखादे शेंबडे लेकरू जरी चप्पलचा तुटलेला अंगठा शिवायला आले तरी त्याला मान द्यायचा, कमालीच्या अदबीने वागायचा. एखाद्या राजकुमारासारखी त्याला वागणूक द्यायचा, त्यामुळे साऱ्या गावाचा तो प्रिय झाला होता. विहिरीचे पाणी काढण्यासाठी वापरल्या जाणाऱ्या कातडी मोटा तो शिवून द्यायचा. गावातल्या लोकांची सारी पायताणे त्याच्याकडे असायची. तुटलेल्या-फाटलेल्या चपला शिवण्यासाठी रोज चार-सहा गावकरी त्याच्याकडे जायचे. शिवाय, कोळ्याच्या पखाली शिवून दे, शेतकऱ्यांना चाबूक तयार करून दे, एखाद्या झिजलेल्या चपलेला तळ ठोकून दे, असली कामे तो करायचा. गावकऱ्यांची कामे हाच त्याला आराम वाटायचा. लेकी-सुनांची कामे तर तो त्यांच्या घरी जाऊन करायचा. त्याही मग त्याला तांब्याभर ताक, दोन भाकरी, वाटीभर पिठले, आणि शेतात आलेली वांगी द्यायच्या. रामा आणि त्याची बायको त्यावर दिवस काढायचे. पोटाला पोरबाळ नसले तरी दोघेही आनंदात जगायचे आणि लोकांनाही आनंद वाटायचे.

त्याचे हे सुखाचे दिवस मात्र शेवटपर्यंत टिकले नाहीत. काळ बदलला. शहरातल्या आकर्षक फॅशन खेड्यांत आल्या. लोकांची अभिरुची बदलली. रामाची गावठी चप्पल वापरण्याऐवजी लोकांना 'बाटा'सारख्या कंपनीच्या चपला आवडू लागल्या. काहींना बुटाची हौस करावीशी वाटली. अंगठा तुटलेली चप्पल वापरण्याऐवजी नवी पिढी नवी

चप्पल घेऊ लागली. त्यातच कातडी मोटा जाऊन त्या जागी लोखंडी मोटा आल्या. आता तर त्याही जाऊन विजेच्या मोटारीने पाणी खेचले जाऊ लागले. गावात घरोघरी नळ आल्यामुळे पखालीचे पाणी बंद झाले. आणि मग दिवस-दिवसभर रामाच्या हाताला काम मिळेना. त्याची हत्यारे गंजू लागली. तरीही वर्षासाठी जे बलुते त्याला मिळायचे, त्याच्यावर त्याचे कसेबसे भागायचे. एक वेळ तरी चूल पेटायची.

त्यातच त्याचे दुर्दैव असे की, एकाएकी दोन संकटे त्याच्यावर कोसळली. नदीवर पाणी आणायला गेलेली त्याची बायको पाय घसरून पाण्यात पडली. हातातली निसटून गेलेली घागर पकडताना ती पार पण्यात बुडाली आणि दोन दिवसांनी तिचे तरंगणारे प्रेत नदीच्या संगमावर सापडले. त्याच्या झोपडीत आधीच साकळलेला अंधार दाटून गेला. त्याच्यावर कोसळलेले दुसरे संकट म्हणजे त्याला दोन्ही डोळ्यांनी दिसेनासे झाले. दृष्टी हळूहळू कमी होत गेली आणि शेवटी समोरचा माणूसही त्याला दिसेनासा झाला. आधीच काम घेऊन येणारे गावकरी कमी झालेले; त्यातच दृष्टी पार गेल्यामुळे कसलेच काम जमेना. दुसरे काही काम करावे तर तेही शक्य नव्हते. काळोख सोबतीला घेऊनच तो मरणाची वाट पाहत जगू लागला.

रामा गड्याची ही शोकांतिका गावकऱ्यांच्या लक्षात आली आणि गावतल्या लोकांनी एकत्र येऊन एक ठराव केला. त्याच्या दोन वेळच्या जेवणाची सोय जवळ राहणाऱ्या धोंडी गुरवाने करावी; आणि त्यापोटी प्रत्येक घराने मूठभर पिठाऐवजी दोन मुठी पीठ धोंडी गुरवाला रोज घालावे. इतर खर्चासाठी गहू, ज्वारी, डाळी, भाजीपाला दुपटीने द्यावा.

एकदा मी त्याला गावी गेल्यावर भेटलो, तेव्हा तो म्हणाला होता, ''माझ्या हातची एक चप्पल तुमच्या पायात असावी, अशी माझी इच्छा आहे.'' त्याची ही इच्छा मात्र त्याच्या डोळ्यांमुळे आणि माझ्या आळसामुळे पूर्ण झाली नाही.

निरोगी आयुष्याचे महत्त्व

शेतीतले कष्ट करण्यासाठी आधी शेतकऱ्याची प्रकृती निरोगी आणि सशक्त हवी. खूप मोठी शेती असेल तर शेतगडी आणि मजूर यांच्याकडून अशी कष्टाची कामे करून घेता येतात, हे खरे असले तरी, अशा शेतकऱ्यांची संख्या हातांच्या बोटांवर मोजण्याइतपत असते. नव्वद टक्के शेतकऱ्यांकडे एकर-दोन एकरांपासून पंधरा-वीस एकरांपर्यंत शेतजमीन असते. सह्याद्रीच्या पायथ्याशी असलेल्या गावांमध्ये तर चार एकरांचा शेतकरीही बडा शेतकरी मानला जातो. त्याला श्रीमंत शेतकरी मानले जाते. म्हणजे मजुरीने कष्टाची कामे करून घेता येत असली तरी आज तरी स्वतःच राबणाऱ्या शेतकऱ्यांची संख्या खूप मोठी आहे. म्हणून शेतीसाठी चांगली प्रकृती असणे, हा एक आवश्यक घटक बनलेला आहे.

मात्र, आजकाल सारी पृथ्वीच आजारी असल्याने तिच्यावरचा माणूसही आजारी होतो आहे. वाढते जलप्रदूषण, हवाप्रदूषण आणि अन्नप्रदूषण यामुळे समाजात आजारांचे प्रमाणही झपाट्याने वाढते आहे. त्यातच भरीसभर म्हणजे संसर्गजन्य रोग, बदलत्या वातावरणातून होणारे रोग; आणि वयोमानाप्रमाणे निर्माण होणारे मधुमेह, रक्तदाब, कॅन्सर, पोटाचे आजार यांची भर पडतेच आहे. त्यातच प्रत्येक माणूस– मग तो शहरी असो वा खेड्यांतील असो– आजार होऊ नये म्हणून काळजी घेण्याऐवजी आजार झाल्यावर धावपळ करतो. अनेकदा तर वयोवृद्ध मंडळी चार-दोन दिवस आजार अंगावर काढतात अन् तो हाताबाहेर जातो आहे म्हटल्यावर दवाखान्याकडे धावतात. शिवाय, आजकाल समाजामध्ये आरोग्याविषयीची नव्या पिढीची धारणा इतकी सजग झालेली आहे, की किरकोळ कारणासाठीही माणूस हातातला कामधंदा सोडून दवाखान्यात पळतो. हा दवाखाना परगावी किंवा तालुक्याच्या ठिकाणी असेल तर सरदीवर औषध घेण्यासाठी आमच्या शेतकऱ्याचा अख्खा दिवस वाया जातो; म्हणजे शेतीकडे दुर्लक्ष.

म्हणून हवामान बदलामुळे होणारे जे किरकोळ आजार असतात, त्यासाठी ऊठसूट गोळ्या खाणे गैर आहे. अशा सातत्याने गोळ्या खाल्ल्यामुळे आपल्या इतर महत्त्वाच्या इंद्रियांवर त्याचा वाईट परिणाम होतो. ती उतारवयात अकार्यक्षम होतात. त्याऐवजी पूर्वी खेड्यातल्या म्हाताऱ्या स्त्रिया अशा आजारांवर जे घरगुती इलाज करत, ते आपण केले तर लवकर आराम पडतो. आपला पैसा आणि वेळही वाचतो. आरोग्याचीही हानी होत नाही.

त्याचबरोबर आपली प्रतिकारशक्ती वाढवण्यावर आपण भर दिला पाहिजे. म्हणजे आजार होऊ नये म्हणून आपण विशेष काळजी घेतली पाहिजे. खेड्यांमध्ये अनेक घरांमध्ये रोजचे जेवण म्हणजे आमटी आणि भाकरी असाच बेत असतो. बदल म्हणून एखादी भेंडी, गवारसारखी भाजी असते. घरात दुभते असेल तर दूध वा ताक घेतले जाते. काही मंडळी मांसाहार म्हणजे चांगले जेवण असे समजून त्यावर भर देतात. पण, तोही परिपूर्ण व चौरस आहार नव्हे. आपल्या जेवणात पालेभाजी असायला हवी. आपल्या स्वयंपाकघरातल्या सांडपाण्यावर अळू लावता येतो. शेजारी शेवगा लावता येतो. घरासमोर चार वाफे केले तर त्यामध्ये मेथी, पालक, करडई, अंबाडी अशा भाज्या लावता येतील. त्याला फार खर्चही येत नाही. फार कष्टही करावे लागत नाहीत. घरासमोरच्या आवळ्यावर एखादा कारल्याचा वेल चढवला तर भरपूर भाजी मिळते. बाहेरच्या मार्केटमधून पाणी मारलेली, शिळी भाजी खाण्यापेक्षा आपल्या बागेतील भाजी केव्हाही पौष्टिक असते. डाळीची आमटीच करायची असेल तर एकाच प्रकारची डाळ न वापरता मिश्र डाळी वापरल्या तर त्या आमटीची पौष्टिकता दुपटीने वाढते. जादा तेल, जादा मसाला, जादा तिखट यामुळे आपल्या जिभेची हौस फिटत असली तरी आतड्यांना होणारा त्रास वाढतो. काही मंडळी अशी असतात, की दूध डेअरीला घालायचे आणि त्या पैशांची दारू प्यायची. अंडी बाजारात विकायची आणि भेळ-मिसळीवर ताव मारायचा. याशिवाय, सर्वात महत्त्वाची गोष्ट म्हणजे पाण्याची स्वच्छता फारशी ध्यानात घेतली जात नाही. माती, क्षार, जमिनीत मुरलेली रासायनिक द्रव्ये आणि नाना प्रकारचे सूक्ष्म जंतू पिण्याच्या पाण्यात असतात. त्यांचा नाश केल्याशिवाय ते पाणी पिण्यास पात्र होत नाही. माणसाला होणाऱ्या एकूण रोगांपैकी निम्मे रोग या दूषित पाण्यापासून होत असतात. तेव्हा, आपली देहसंपत्ती आणि शेती-मशागत यासाठी निरोगी आयुष्य किती गरजेचे आहे, हे आपल्या लक्षात यायला हरकत नाही.

स्त्री-पुरुष समानतेचा मंत्र

आयुष्यात घडणारे किंवा आपण पाहिलेले सगळेच प्रसंग आपल्या स्मरणात राहत नाहीत; आणि राहूही नयेत. कारण स्मृतीपेक्षाही विस्मृती माणसाचे जगणे सुसह्य करते. जगण्याचा आनंद देते. पण असे काही प्रसंग असतात, की ते विसरू म्हटले तरी विसरता येत नाहीत. माझ्याही आयुष्यातले कुमारवयापासून ते वार्धक्यापर्यंतचे काही प्रसंग—काही अनुभव आजही ठसठशीतपणे नजरेसमोर येतात. त्यातले काही वानगीदाखल समोर ठेवतो.

मी चौदा-पंधरा वर्षांचा असताना काही मित्रांबरोबर गावाशेजारी असलेल्या लक्ष्मण जाधव या श्रीमंताच्या शेतात नव्याने खोदाई सुरू केलेली विहीर बघायला गेलो होतो. विहिरीला सुमारे ३० फुटांवर पाणी लागले होते. पण आणखी पाणी येण्यासाठी तळाची खोदाई सुरू होती. मातीच्या तात्पुरत्या तयार केलेल्या कच्च्या पायऱ्यांवर तळाची माती आणि गाळ वर नेण्यासाठी दर तीन पायऱ्यांवर एक स्त्री-मजूर उभी होती. शेवटच्या टोकावर मातीने भरलेल्या पाट्या दूरवर नेऊन टाकण्यासाठी दोन स्त्रिया होत्या. आणि खाली तळाला पाट्या भरून देण्यासाठी आणि खडक फोडण्यासाठी तीन पुरुष होते. सकाळी नऊ-साडेनऊपासून या कष्टप्रद कामाला सुरुवात व्हायची. काठोकाठ भरलेली मातीची पाटी हातात घेऊन प्रत्येक बाईला तीन पायऱ्या चढाव्या लागायच्या आणि रिकामी पाटी घेऊन पुन्हा आपल्या पायरीवर थांबावे लागायचे. एक वेळ पुरुष पान-तंबाखू खाण्याच्या निमित्ताने विसावा घेऊ शकतो, पाणी पिण्याच्या निमित्ताने कामाला सुट्टी घेऊ शकतो; पण मजूर-बायकांना थोडाही विसावा मिळत नसतो. शिवाय, पुरुषांपेक्षा कुठलीही स्त्री कामाला चोख असते. ती मनापासून काम करत असते. दुपारी तासभर जेवणाची सुट्टी मिळाल्यावर आम्ही त्यांना जरा बोलते केले. त्यातल्या एकीने सांगितले, ''गडी माणसाला जेवढा रोजगार

मिळतो, त्याच्या निम्माच रोजगार बायकांना दिला जातो. आम्ही बायका त्यांच्याइतकंच काम करत असलो तरी बाई म्हणजे स्वस्तात मिळणारी वस्तू असंच सगळ्यांना वाटतं.''

आजही यात फरक पडलेला नाही. खेड्यात जी परिस्थिती तीच थोडीफार शहरातही पाहावयास मिळते.

तालुका पातळीवरच्या एका शहरात इमारतीचे बांधकाम चालू होते. फिरायला जाता-जाता गवंड्याच्या हाताखाली विटा-वाळू-सिमेंट देणाऱ्या एका मजूर स्त्रीला सहज कुतूहल म्हणून रोजगार विचारला. ती म्हणाली, ''माझ्याबरोबर गवंड्याच्या हाताखाली माझ्यासारखंच काम करणारा जो गडी आहे, त्याला दोनशे पन्नास रुपये हजेरी आहे अन् तेच काम करणाऱ्या मला मालक दीडशे रुपये देतो. असा फरक का करतात ते मला समजत नाही.''

तीच गोष्ट विवाहसोळ्यामध्येही आपल्याला दिसते. स्वयंपाक करताना घामाघूम झालेल्या बाईला शंभर रुपये आणि इतर कमी कष्टाची कामे करणाऱ्या गड्याला दीडशे रुपये दिले जातात.

खेड्यांमध्ये आजही ही स्त्री-पुरुष विषमता पदोपदी पाहावयास मिळते. खुरपणीसाठी बाई असेल तर तिला कमी रोजगार. कापूसवेचणी असो, मिरची तोडणी असो, टोमॅटो तोडणी असो वा माळावरचे दगड गोळा करणे असो, कोणत्याही कामा वेळी बाईच्या श्रमाला योग्य न्याय दिला जात नाही. असा वेगवेगळा रोजगार कशासाठी? बाईसुद्धा गड्याइतकेच काम करते ना? आपली समाजव्यवस्था ही पुरुषप्रधान असल्याने स्त्रीला सर्व क्षेत्रांत एक तर दडपून टाकले आहे किंवा दुर्लक्षित केले आहे. आपली परंपराही कारण नसताना पुरुषांना अधिक महत्त्व देते आणि सवलतीही देते. बायको मरून महिना झाला नाही तोच नवरा दुसरा विवाह करायचा. अन् विधवेने मात्र आयुष्य अकारण मातीत घालायचे. तसा विचार केला तर स्त्री-पुरुष समान आहेत. समान बुद्धिमत्ता, समान कर्तृत्व. म्हणूनच ती जीवनाच्या सर्वच क्षेत्रांत स्वकर्तृत्वाने नेत्रदीपक प्रगती करू शकते आहे. आज आवतीभोवती तेच आपण पाहतो आहोत. म्हणून स्त्रीशिक्षण, स्त्रीस्वातंत्र्य, स्त्रीप्रोत्साहन अन् स्त्री-पुरुष समानता हा आजच्या युगाचा मंत्र आहे, संदेश आहे.

आईला प्राधान्य

माझ्या गावीच राहणारे आणि दूरचे नातेवाईक असलेले दाजी चव्हाण त्यांच्या वयोवृद्ध आजारी आईला दाखवण्यासाठी दवाखान्यात आले असताना सहज भेटण्यासाठी घरी आले. डॉक्टरांनी तपासून तिच्या दोन-तीन तपासण्या करायला सांगितल्या होत्या. तिच्या पित्ताशयात खडे तयार झाले होते आणि म्हातारीच्या गर्भाशयालाही गाठ आलेली होती. कदाचित शस्त्रक्रिया करावी लागेल, असे डॉक्टरांनी दाजीला सांगितले होते. तिच्या उपचारांविषयीचे मार्गदर्शन घेण्यासाठी आणि इतर गोष्टींत सल्ला घेण्यासाठी ते घरी आले. चहापान झाल्यावर ते मला म्हणाले, ''साहेब, सध्या मी एका कठीण पेचात अडकलो आहे. एका बाजूला खोल दरी असावी, दुसऱ्या बाजूला पाषाणांचा उभा कडा असावा; समोर वाघ आणि पाठीमागे फणा काढलेला भुजंग असावा, अशी माझी गत झाली आहे. त्यातून कशी सुटका करावी, याचा तुम्ही मला सल्ला द्या.''

''सांगा तर बघू, कसला पेच आहे तो?'' असे मी म्हणताच ते म्हणाले, ''यंदा दर बरा मिळाल्याने दोन-तीन लाख रुपये फळबागेतून मिळाले आहेत. बायको आणि मेव्हण्याचं म्हणणं, की या पैशात पोरीचं लग्न उरकून घेऊ. त्यामुळे आपली एक जबाबदारी कमी होईल. गावातल्या शिक्षक व नोकरदार मंडळींचं सांगणं असं की, पोरगा सुधाकरला चांगले मार्क्स मिळाले आहेत. त्याला इंजिनिअरिंगला ॲडमिशन घ्या; तर वेगळ्या राहिलेल्या भावाचं म्हणणं असं की, 'तुझं मातीत बांधलेलं जुनं घर पाडून नवीन बांध. नाहीतर पोरीला बघायला येणारे पाहुणे मातीचं घर बघूनच माघारी जातील.' शिवाय आईचा हा गंभीर आजार. त्याला किती खर्च येईल ते सांगता येत नाही. आता या चार गोष्टींपैकी सर्वात आधी कोणती करू आणि शेवटाला कोणती ठेवू, तेवढं सांगा. तुम्ही सांगाल तसं करतो मी.''

मी थोडा विचार केला आणि दाजीला म्हणालो, ''तुमच्या या प्रश्नानं मलाच पेचात

टाकल्यासारखं झालं. पण प्रत्येक गोष्टीचं महत्त्व, त्यामागील फायदे-तोटे, आणि व्यवहारी शहाणपण यांचा विचार करून मला जे वाटतं ते तुम्हांला सांगतो. माझं सांगणं बरोबर आहे, असं मी म्हणणार नाही. पण तुम्ही यावर विचार करा, सर्वांशी चर्चा करा आणि मगच निर्णय घ्या. आपल्याला किती भूक लागली आहे, हे समोरच्या माणसाला सांगता येत नाही. ज्याला ती बेचैन करते, त्यालाच ती समजते.

''माझं असं प्रामाणिक मत आहे, की गेली पंधरा-वीस वर्षे तुम्ही याच घरात राहता, किती लोकांनी तुम्हांला नावं ठेवली? पण आत्ताच घराला मोठा खर्च केला तर चार-दोन जण कौतुक करतील; पण जवळचे पैसे जाऊन तितकेच कर्जदेखील माथ्यावर बसेल. तुमच्या धाकट्या भावानं शेत विकून घर बांधलं, त्याचं ते नवं घर किती उत्पन्न देतं त्याला? याच घरात तुम्ही अजून दोन-चार वर्षे काढली तरी काही बिघडणार नाही. तुम्हांला इथेच शांत झोप आणि मनाला शांती मिळेल.

''तुमच्या सुरेखाचं लग्न करायचं म्हणता खरं; पण तिचं तरी कुठं लग्नाचं वय निघून चाललंय? आत्ता कुठं तिला १८ वर्षं पूर्ण झाली असतील. अजून एखाद-दुसरं वर्ष जाऊ द्या. तोपर्यंत काळजी-काट्यानं आणि काटकसरीनं तिच्या लग्नासाठी पैसा बाजूला ठेवा आणि साधेपणानं विवाह उरका. मुलगा शिकलेला, कर्तबगार, सुस्वभावी आणि निर्व्यसनी शोधा म्हणजे झालं. शंभर एकर शेती असलेल्या श्रीमंतांपेक्षा अशी कर्तबगार मुलं मुलीला खातरीनं सुखी करतील आणि ते स्वतःही प्रगती करतील. गरिबीतून वर आलेली, पण कर्तबगार पोरं मी खूप पाहिली आहेत.

''आता राहिलं तुमच्या सुधाकरचं शिक्षण. त्याच्या प्रवेशाला मला वाटतं एवढा पैसा लागणार नाही. जो लागेल तो द्या. शिवाय, त्याला बँकेमधून फीसाठी कमी व्याजाचे कर्ज मिळते, जे तुम्हांला काढता येईल. अगदीच अडले तर एखाद्या मित्राकडून तात्पुरते उसने घेता येतील. तेव्हा तो प्रवेश टाळू नका.

''तुम्ही आईच्या आजारपणाला सर्वात अधिक प्राधान्य दिलं पाहिजे. कारण ती जन्मदात्री आहे. आयुष्यभर उन्हातान्हात राबून तिनं आयुष्य झिजवलं आहे. तिच्यामुळे तुम्हांला हे दिवस दिसत आहेत ना? शिवाय, म्हातारपण म्हणजे मरणाशी सुरू झालेली ही लढाई आहे. तिनं आणखी चार दिवस जगावं, तिची माया मिळावी आणि तिचे जन्माचे उपकार फिटावेत म्हणून तुम्ही जो खर्च येईल तो करा. वेळीच योग्य उपचार झाले तर माणसाचा पुनर्जन्म होतो, हे विसरू नका. तेव्हा आधी दवाखान्यात जा व उपचार करा.''

''ठीक आहे. मी तसंच करतो. फार चांगला सल्ला दिलात तुम्ही.'' असे म्हणून दाजीने माझा निरोप घेतला.

❋

भूमीशी थेट संपर्क हवा

अतिशय गरीब परिस्थितीत जिद्दीने पदवीपर्यंत शिकलेला, दोन एकर कोरडवाहू शेती असलेल्या शेतकऱ्याच्या घरात जन्मलेल्या आणि स्पर्धा परीक्षेमध्ये यशस्वी होऊन भरपूर कमाई असलेल्या शासकीय खात्यात नोकरी करणाऱ्या दिनेश नावाच्या माझ्या विद्यार्थ्याने गावी जाताना मला भेटायचे ठरवले. त्याच्या शिक्षणाच्या वेळी माझीही थोडीफार मदत त्याला झाली होती. त्या कृतज्ञतेपोटी तो मला भेटायला आला होता. आल्या-आल्या त्याने गरीब मुलांना मदत करण्यासाठी देणगीचा चेक दिला. नंतर त्याची स्वत:ची नोकरी, त्याने केलेली आर्थिक प्रगती आणि एकूण मिळवलेले यश याविषयी मला भरभरून सांगितले. तो म्हणाला, ''सर, या वीस वर्षांच्या नोकरीत मी भरपूर प्रगती केली. घरी आईवडिलांना नवं घर बांधून दिलं. शेतीला पाणी हवं म्हणून दोन बोअरवेल घेतल्या आणि सारी शेती बागायती केली. शिवाय, मलाही शेतीची आवड असल्याने शहरापासून जवळच नव्याने अजून वीस एकर शेती घेतली आहे. त्यात शेततळं केलं. फळझाडं लावली. दुधासाठी दोन म्हशी खरेदी केल्या. आणि हा सारा कारभार पाहण्यासाठी दोन गडी नेमले. त्यांना शेतात राहण्यासाठी खोल्या बांधून दिल्या. सध्या मी माझ्याच शेतातलं धान्य खातो. तूर, हरभरा, भुईमूग शेतातच पिकवतो. एक गडी सायकलवरून रोज दूध पोहोचते करतो. शेतमालाचं उत्पन्नही सुरुवातीला बऱ्यापैकी हाती यायचं. अर्धा एकर निशिगंधाची शेती केली आहे. त्याच्या फुलांचा पैसाही रोजच्या रोज हाती यायचा. छान चाललं आहे माझं. केवळ तुमचं प्रोत्साहन आणि मदतीमुळे एवढी प्रगती मी करू शकलो.''

ही त्याची नेत्रदीपक प्रगती ऐकून मला खूप म्हणजे खूपच समाधान वाटले. ''भूमीशी असणारं नातं दृढ करणं म्हणजे कृतार्थ जीवनाचं प्रतीक म्हणावयास हवं. शिवाय, भूमीचा प्रसाद म्हणून मिळणारं अन्नधान्य व फळं खाणं– त्यातही स्वत:च्या बागेतील, हे केवढं

भाग्याचं असतं. तू खरा भाग्यवान आहेस.'' असं काहीबाही मी कौतुकाने त्याला बोललो. त्याला ते बरेही वाटले. पण थोडासा विचार केल्यावर निराशेच्या सुरात तो म्हणाला, ''सर, हे सारं सुख आणि वैभवाचं प्रतीक असलं तरी अलीकडे मी थोडा निराश झालो आहे. अलीकडे मला वारंवार असं वाटतं की, नुसत्या फोनवर बोलून शेती नीटपणे होत नाही. मी गड्याला रोज फोन करून सूचना देऊन चांगली शेती होत नाही. नुसता पैसा ओतून चांगली शेती होत नाही. भरपूर खत घालणं आणि भरपूर पाणी देणं म्हणेज उत्तम शेती करणं नव्हे. ज्यांची शेती नोकरांवर अवलंबून असते, ती पाण्यात बसलेल्या म्हशीसारखी. काठावर उभं राहून ती किती दूध देईल हे सांगण्यासारखी आहे. आपण सांगितलेली गोष्ट त्याने नीटपणे केली का, हे समजत नाही. त्याच्याकडे दिलेलं खत तो शेतात किती घालतो आणि शेजाऱ्याला किती विकतो, हे समजत नाही. शेतात पिकलेली तूर किंवा मका किती क्विंटल झाला, हे ठाऊक नसल्यामुळे तो सांगेल त्यावर विश्वास ठेवावा लागतो. तीच विक्रीची अवस्था. घरच्या म्हशीला निघणारं दूध तो स्वत:साठी किती ठेवतो, हे कळत नाही. कदाचित परस्पर तो गवळ्याला विकत असेल. म्हशीला लागणारं खाद्य मात्र आपण आपल्या पैशानं घ्यायचं. हौस म्हणून मी घरासमोर, आवळ्याची दोन, चिकूची चार, नारळाची चार आणि मोसंबीची झाडं लावली आहेत. पण यातलं एकही फळ मालक म्हणून मला खायला मिळालं नाही. मशागतीसाठी चारऐवजी सहा मजूर लावले तरी बरोबर म्हणावं लागतं. त्यातले दोन मजूर कामावर आलेलेच नसतात. आपल्या शेतात राबणारे सारेच गडी असे अप्रमाणिक, लबाड आणि स्वार्थी असतात असे नाही; पण स्वार्थ कुणाला सुटला नाही, आणि मोह कुणाला जिंकता आलेला नाही. पैसा कुणाला नकोसा होत नाही. म्हणून शेती जर फायद्यात यायची असेल तर फोनवर शेती करण्याऐवजी त्या मालकाने दिवसाआड तरी शेतावर फेरफटका मारला पाहिजे. कमी-जास्त काय असेल ते पाहिलं पाहिजे. आजकाल तर राजकारण, पार्टी प्रचार, पुढाऱ्यांबरोबरचे दौरे, निवडणुका आणि इतर गोष्टींमुळे गावातला शेतकरी नावालाच शेतकरी राहिला आहे. फार कमी वेळ तो शेतीसाठी, जादा उत्पादनासाठी, शेतीच्या प्रयोगासाठी खर्च करतो आहे, हे थांबलं पाहिजे.''

मी म्हणालो, ''शेतावर फेरफटका मारला की पीक आपल्याशी बोलतं. माती आपल्याशी बोलते अन् गड्यांवरही वचक बसतो. आजच्या शेतकऱ्यानं हे करायला हवं, तरच तो खरा शेतकरी ठरेल.''

''बरोबर. अगदी बरोबर. आता मीही तेच करीन.'' असे म्हणून त्याने माझे आभार मानले.

नियोजन हवे शेतीतही...

आज शेतीची सर्व बाजूंनी अशी दुरवस्था झालेली आहे, की एखाद्या गुन्हेगाराला कैदेची शिक्षा सुनावण्याऐवजी त्याला 'दोन-अडीच एकरांची शेती कर' असे सांगितले तर तो न्यायाधीशाला विनंती करेल, की 'मी वर्ष-दोन वर्षं तुरुंगात जायला तयार आहे. पण मला शेती करायला सांगू नका. तुरुंगवासापेक्षाही ती फार कठोर शिक्षा होईल.' त्याच्या या म्हणण्यात खूप मोठे सत्य दडलेले आहे. कारण दर तीन वर्षांनी पडणारा दुष्काळ, अवकाळी पडणारा व पिकांची नासाडी करणारा पाऊस, हुकमी पाणी आणि विजेची वानवा, दुपटी-तिपटीने महाग झालेली खते, बियाणे आणि फवारणीची औषधे; रक्ताचे पाणी करून पिकवलेल्या धान्याला मिळणारा मातीमोल भाव, आणि माथ्यावरचे वाढत जाणारे कर्ज, यामुळे शेती करणे म्हणजे शिक्षा भोगणे असेच स्वरूप त्याला आले आहे. गावागावांमध्ये चार पैसे बाळगून असलेल्या, उत्तम बागायती शेती असलेल्या, पाण्याची हुकमी सोय असलेल्या, सुखी-समाधानी शेतकऱ्यांची संख्या केवळ हातांच्या बोटांवर मोजण्याइतकीच असते. बाकीचे ९० टक्के शेतकरी या साऱ्या संकटांमुळे पार उद्ध्वस्त झालेल्या स्थितीत जगत आहे.

या साऱ्या गोष्टींवर उपाय म्हणून शेतकऱ्यांच्या हातात काहीच नाही. पडणाऱ्या पावसावर त्याचे नियंत्रण नाही आणि न पडणाऱ्या पावसासाठी त्याच्याकडे काही मार्ग नाही; वीज केव्हा व किती तास बंद करायची, याचा अधिकार त्याला नाही; माझ्या शेतमालास एवढी रक्कम मिळालीच पाहिजे, असे त्याला म्हणता येत नाही; आणि शासकीय योजना व अनुदानाचा मामला असा, की गारपिटीने आज उद्ध्वस्त झालेल्या फळबागेचे अनुदान तीन वर्षांनंतर झिरपत-झिरपत त्याच्या हातावर देवाचा प्रसाद पडावा तसे पडते. तोपर्यंत त्याला ती बाग तशीच ठेवता येत नाही. मरायला टेकलेल्या रोग्याला औषध पुरवणारा माणूस,

तो रोगी मेल्यावर त्याच्या रक्षाविसर्जनाला यावा, तशी ही सरकारची 'तत्पर' सेवा असते.

यासाठी शेतकऱ्याने काय केले पाहिजे? शेतकऱ्यांनी आता साऱ्या गोष्टींचा विचार करून आपल्या शेतीमध्ये बदल केले पाहिजेत. सध्या पावसाचे दिवस थोडेफार बदलले आहेत. अनेकदा पावसाळा संपल्यावर भरपूर पाऊस पडतो. काही वर्षांपूर्वी सोलापूर जिल्ह्यात जानेवारीच्या दुसऱ्या आठवड्यांत सतत तेरा तास– मुसळधार पाऊस झाला होता. इतर जिल्ह्यांतही कमीअधिक प्रमाणात अशीच अवस्था असते. पाऊस नको तेव्हा पडतो व खूप पडतो. त्यातून हाती आलेले पीक नष्ट होते. त्यामुळे शेतकऱ्याच्या माथ्यावरचा कर्जाचा बोजा वाढतो. त्यातून त्याला आत्महत्या करावी लागते. म्हणून पडणाऱ्या पावसाचा विचार करून आपण आपल्या पिकाची निवड करावी. ती करताना आपली मोठी हानी होणार नाही, याचाही विचार करावा. उदाहरणार्थ, मृग नक्षत्रात व नंतर पडलेल्या पावसावर गाजर, काकडी, पावटा, कोथिंबीर यांसारखी पिके घेतली तर नंतर पडणाऱ्या हानिकारक पावसामुळे आपले फारसे नुकसान होत नाही. या काळात म्हणजे ऑगस्ट-सप्टेंबरमध्ये त्याला चांगला भावही मिळतो. किंवा कमी दिवसांत येणारी पिके घेता आली तर बघावीत. त्यातून निदान आपण शेतीवर केलेला खर्च तरी आपल्या हातात पडेल. गेल्या पंधरा-वीस वर्षांत खताच्या किमती तिपटीने वाढल्या. बियाणाची पिशवी घेताना तिची किंमत पाहिल्यावर हात थरथरतात. फवारणीच्या औषधांच्या किमती फवारणीआधीच आपल्या डोळ्यांत पाणी आणतात. हा खर्च तरी पिकातून निघाला, असे नियोजन आपण केले पाहिजे अन् ते करताना ज्या मोसमात इतर सारे जण फळबागा पिकवतात, पालेभाज्या करतात, तो काळ वगळून आपण शेतात पिके घेतली तर चार पैसे खातरीने मिळून जातात.

याशिवाय, पडणाऱ्या पावसाचा थेंबन् थेंब आपण वाचवला पाहिजे. शक्य असेल तर एखादे बोअरवेल घ्यावे. माझ्या ओळखीच्या एका शेतकऱ्याच्या बोअरला पूर्वी तास-सव्वा तास पाणी यायचे. त्याने घराच्या पत्र्यांवरचे पावसाचे पाणी एकत्र करून ते बोअरभोवती खणलेल्या चरात सोडले. आजूबाजूचे पाणीसुद्धा चरात आणले. त्यामुळे सध्या त्याच्या बोअरला तीन तास पाणी टिकते. याच्या जोडीला ठिबक सिंचनाचा वापर जरूर केला पाहिजे. जादा पाणी दिल्याने जादा उत्पन्न येत नसते; उलट नुकसानच होते. शिवाय, जमिनीत पाणी टिकून राहावे यासाठी शेतातला कचराकाडी, पालापाचोळा जाळून न टाकता गाडून टाकावा. सेंद्रिय खताचा वापर करावा. वरखते जरुरीपुरतीच द्यावीत. या साऱ्या गोष्टी केल्यावर शेतकऱ्याला कर्जात बुडावे लागणार नाही. तोटाही सहन करावा लागणार नाही. म्हणजे नियोजनाशिवाय उत्तम शेती शक्य नाही.

पुरुषप्रधान संस्कृती आणि कुटुंबातील नाराजी

आपल्या पुरुषप्रधान संस्कृतीने निरर्थक, घातक व जाचक अशा परंपरा व रूढी यांच्या साहाय्याने स्त्रीला अक्षरशः गुलामासारखे वागवले आहे. तिला आपल्या समाजव्यवस्थेने पशुपातळीवरचे जीवन जगण्यास भाग पाडले. तिच्या शिक्षणावर बंदी घातली. तिच्या विवाहावर बंदी घातली. तिच्या पुनर्विवाहावर बंदी घातली. तिने जगण्याचा आनंद घेऊ नये, अशी तिच्यावर बंधने घातली. तिने फक्त घरादारासाठी राबावे; दिवसरात्र ढोर कष्ट करावेत; स्वतःची मते व विचार न सांगता चुलीतल्या लाकडासारखे जळत जगावे आणि नवऱ्याची शेज साजरी करत मुलांचे लेंढार जन्माला घालावे, अशीच समाजाची धारणा होती. तीही एक माणूस आहे, तिलाही मन आहे, भावना आहेत, कर्तबगारी दाखवण्याइतकी बुद्धी आणि शक्ती आहे, संसाररथाचे तीही एक महत्त्वाचे चाक आहे, याचा विचारच फारसा झाला नाही. खरेतर परमेश्वराचे दुसरे रूप म्हणजे स्त्री किंवा आई. आईच्या रूपाने तो प्रत्येकाच्या घरी जात असतो. अशी ही स्त्री आदिशक्तीचे रूप आहे. ती लक्ष्मी, सरस्वती आणि कालिमाता या रूपात आपल्या सर्वांच्या जीवनात वावरत असते. ती खरी मूल्यांची उपासक आहे, श्रमाची देवता आहे, सर्जनाची (निर्मितीची) जननी आहे. संस्कारांची उपासक आणि संसाराला स्वर्गाचे रूप देणारी योगिनी आहे. पण आमच्या धर्माने, रूढी-परंपरांनी आणि चुकीच्या धारणांनी तिला पार उद्ध्वस्त करून टाकले होते.

स्त्रीवरची बंधने दूर होताच, तिला स्वातंत्र्य मिळताच तिने स्वतःचे कर्तृत्व सिद्ध करून दाखवले आहे. सर्व क्षेत्रांत तिने यशाचे शिखर गाठले आहे. ग्रामपंचायतीच्या सरपंचापासून तो देशाच्या पंतप्रधानापर्यंतची जबाबदारी यशस्वीपणे पार पाडली आहे. दक्षिण ध्रुवावरील संशोधनापासून परग्रहावरच्या संशोधन मोहिमेपर्यंत तिने आपले कर्तृत्व सिद्ध करून दाखवले आहे. ती केवळ पुरुषाची दासी नाही, चुलीचे जळके लाकूड नाही,

वा विळीचे खाद्य नाही, हे आपण लक्षात ठेवले पाहिजे. म्हणूनच आपल्या घटनेने तिला काही हक्क दिले आहेत. सामाजिक न्याय, सामाजिक समता आणि सामाजिक स्वास्थ्य यांचा विचार करून सरकारने नवे कायदे केले आहेत. शेतीवर पतीच्या नावाबरोबर तिचे नाव नोंदवण्याचा आदेश आहे. घरावरही तिची मालकी प्रस्थापित केली आहे. परंपरेने चालत आलेल्या धनसंपदा व दागदागिने यामध्येही तिला भागीदार केले आहे; आणि वडिलांच्या शेतीवरही मुलांच्या बरोबरीने तिचे मालक म्हणून सात-बारावर नोंद झाली आहे. देशपातळीवर विचार करता आणि अठरापगड जातीजमातींचा, धर्मपंथांचा विचार करता, केलेले हे कायदे योग्यच आहेत. कुठल्याही किरकोळ कारणांनी पतीने तिला घराबाहेर हाकलू नये आणि ती उपाशी मरू नये यासाठी ही योजना चांगलीच आहे. अनेक पतिराज दारूच्या व्यसनापोटी झालेले कर्ज फेडण्यासाठी गुपचूप जमीन विकतात. आणि बायको-मुलांसह सारे घरदार उघड्यावर पडते. रंगेल असणारा एखादा गडी एखाद्या 'मस्तानी'ला घरात घेऊन लग्नाच्या बायकोला घराबाहेर हाकलतो. तर, एखादा गडी तिच्याच पैशांवर चैन करून तिलाच मारहाण करत सुटतो. हे सारे थांबण्यासाठी तिला न्याय व सन्मान मिळण्यासाठी असे कायदे केव्हाही चांगलेच म्हटले पाहिजे.

मात्र, यातूनच काही शेतकरी कुटुंबात ताणतणाव व बेबनाव निर्माण झालेली उदाहरणे माझ्या पाहण्यात आली आहेत. तीन-चार एकर शेती असलेल्या एखाद्या बापाला दोन मुली आणि दोन मुलगे असतील तर बहीण-भावांच्या नात्यात कोरडेपणा येऊ लागला आहे. त्यांच्यातील कौटुंबिक जिव्हाळा नष्ट होऊ लागला आहे. वडिलोपार्जित चार एकर शेतीमध्ये या चौघांची मालकी निर्माण झाल्यामुळे, या दोन्ही मुलांमध्ये आपल्या विवाहित बहिणींना ती द्यावी लागेल म्हणून नाराजी दिसून येत आहे. त्यांचे म्हणणे असते की, आमच्या वडिलांनी थाटामाटात त्यांची लग्ने पार पाडली. लग्नामध्ये हुंडा दिला. कपाट, पलंग, टीव्ही, फ्रिज, भांडीकुंडी दिली. जावयाला अंगठी दिली. एक एकर शेतीला जी किंमत येईल, तेवढा पैसा तिच्यासाठी आम्ही आधीच खर्च केला आहे. शिवाय, प्रत्येक सणाला साडीचोळीसाठी व तिच्या लेकरांना एखादा चांदीचा दागिना यासाठी खर्च केला आहे. या नव्या कायद्याने तिच्या सासरच्या शेतीमध्ये तिला हक्क मिळणारच आहे; तेव्हा तिने आमच्या शेतीची अपेक्षा करू नये. दोन एकर शेती दोघींना गेली तर आम्हांला आयुष्यभर दुसऱ्याच्या शेतांवर मजूर म्हणून राबावे लागेल. आणि त्यातूनच अशी काही मंडळी आपल्या बहिणीला घरीही आणत नाहीत अन् तिच्या घरीही जात नाहीत. अशा प्रकारची उदाहरणे कमी असली तरी ही नाराजी वाढत जाईल असेच अनेकदा वाटते.

❋

अंथरूण पाहून...

माझ्या गावातले कोळी समाजातले भीमा आणि रामा हे दोन्ही भाऊ माझ्या चांगल्या संबंधातले आहेत. भीमा नदीला लागूनच दोघांची मिळून तीन एकर शेती आहे. म्हणजे प्रत्येकाच्या वाटणीला दीड एकर आलेली. या शेतीवर भागत नाही, म्हणून रामा आमच्या शेतावर मजुरी करायला येतो; तर भीमा नदीच्या डोहातले मासे विकून जगतो. ही पाण्यातली शेती बिनभरवशाची असल्याने त्याने चांगल्या दहा-पंधरा शेळ्या पाळल्या आहेत. घरी दूध प्यायला मिळते आणि पिल्ले विकून बऱ्यापैकी पैसाही मिळतो. त्यामुळे भीमा कोळी चांगला टामटुमीत जगतो. चार पैसे सांभाळून असतो. याउलट रामाची परिस्थिती पिठामिठाला कशीतरी गाठ पडावी इतकी वाईट. अशी वाईट स्थिती होण्याचे कारण तो व्यसनी नाही, कामाला कंटाळा करणारा नाही किंवा वाह्यात खर्च करणारा त्याचा स्वभावही नाही. खरे कारण असे की, त्याला सहा लेकरांचे लेंढार सांभाळावे लागते. आधी एकापाठोपाठ तीन मुली जन्माला आल्या. वंशाला दिवा पाहिजे म्हणून वाट पाहिली. एक मुलगा झाला. त्याला भाऊ पाहिजे म्हणून पुन्हा चान्स घेतला, तर मुलगीच जन्माला आली आणि शेंडेफळ म्हणून जो मुलगा जन्माला आला, तो दोन्ही पायांनी अपंग. त्याचे दोन्ही पाय आत वाकलेले. या सहा पोरांचे ओझे दोघा नवरा-बायकोला डोईजड झाले. रोजच्या रोज मजुरीला गेले नाही तर मजुरी कशी मिळणार? आणि कशी पुरणार? शिवाय, पावसाळ्यात त्यांना मजुरी नसल्याने चार-पाच दिवस गुडघ्याला हाताची मिठी मारून घरीच बसावे लागायचे. उसनेपासने करून दिवस ढकलावा लागायचा. पण उसने तरी किती वेळा मागायचे आणि कुणाकुणाला मागायचे?

आमच्या शेतावर कामाला आल्यावर मला दोन्ही हात जोडून रामा अजिजीने म्हणाला, ''अण्णासाहेब, मला पंधरा-वीस किलो जोंधळा आणि शंभर रुपये उसने म्हणून

द्या. पोरगी आजारी आहे. तिला दवाखान्यात न्यावं म्हणतोय. तुमच्या मजुरीतून थोडं-थोडं फेडून घ्या. लेकरांची फारच आबाळ व्हायला लागलीय.'' मी त्याला होकार दिला. घरी जाताना ज्वारी आणि पैसे घेऊन जायला सांगितले. पण कुतूहल म्हणून सहज विचारले, ''तुझी थोरली मुलगी आता सातवीत गेली असेल. रामा, तिला भरपूर शिकव. पुढं-मागं एखाद्या दवाखान्यात नर्स म्हणून लागली तर घराला आधार मिळेल.'' त्यावर तोंड वेडेवाकडे करत म्हणाला, ''कुठली हो शिकायला? चौथी पास झाल्यावर शाळेतून काढली तिला. आता ती शेळ्या राखते. माझी एक आणि लोकांच्या तीन-चार.'' आणि मग त्याने त्याच्या गरिबीचा पाढा माझ्यासमोर वाचला. त्यावर मी त्याला म्हणालो, ''रामा, खरी चूक तुझी आहे. दोन मुलींनंतर तू कुटुंबनियोजनाचं ऑपरेशन केलं असतं तर ही दैन्यावस्था ओढवलीच नसती. तुला काही पाच-पन्नास एकर शेती नाही, की आठ-दहा खोल्यांचा वाडा नाही. कशाला पाहिजे वंशाला वारसदार? आणि तुला सांगतो, मुलापेक्षा मुलीच चांगल्या वारसदार बनतात. त्या दोन्ही घराला उजळवून टाकतात. या साऱ्या लेकरांना आपण नीट सांभाळू शकत नाही; त्यांना पोटभर खायला देता येत नाही; अंगभर कपडा देता येत नाही; त्यांची हौसमौज करता येत नाही; त्यांना आपण शिकवू शकत नाही; आणि आजारी पडलं तर आपल्याला त्यांचं औषधपाणीही करता येत नाही. तू भीमाकडे बघायला हवं होतं. त्याने बघ, एका मुलावर ऑपरेशन करून घेतलं. त्यामुळे सर्वांचच कल्याण झालं. त्याने आपल्या पोराला भरपूर शिकवलं, व्यवस्थित सांभाळलं. नाहीतर तुझं बघ : एक मुलगी शेळ्या राखते; दुसरी झाडलोट करते, सरपण गोळा करते; तिसरी भावंडांना सांभाळते आणि चौथी पोटाला भाकर नाही म्हणून मोठमोठ्यानं रडते, साऱ्या घराला भंडावून सोडते. आणि शेवटचा तुझा मुलगा तर अपंग असल्यामुळे त्याला आयुष्यभर सांभाळणं भाग आहे. आपल्या टोपलीत चार भाकरी असतील तर त्या आठ तोंडाला कशा पुरणार अन् कुणाचं पोट भरणार? म्हणून म्हणतो, खरी चूक तुझी आहे. माणसानं कालमानाप्रमाणे बदललं पाहिजे. उत्पन्न पाहून मुलांना जन्म दिला पाहिजे. 'देवानं त्याला तोंड दिलंय म्हटल्यावर देव त्याला भाकर देईलच की...' आज असा विचार करणं अत्यंत चुकीचं आहे. गळणाऱ्या मडक्यात पाणी ओतण्यासारखंच आहे हे!

''अगदी रास्त बोललात तुम्ही. पण ही गोष्ट त्या वेळी माझ्या लक्षातच आली नाही. आता या लेकरांची जबाबदारी टाळत येत नाही. माझी चूकच झाली ही, काय करणार?'' असे म्हणून त्याने ज्वारीची पिशची पाठीवर घेतली आणि झपाझप पावले टाकत घराकडे निघाला.

सहकार्यातून फायद्याचे उत्तर

शेतीचा आर्थिक व्यवहार जो अनेकदा आतबट्ट्यात घडतो, त्याला बरीच कारणे आहेत. वेळेवर न होणारा कर्जपुरवठा, अचानक होणारी गारपीट, अवेळी पडणारा म्हणण्यापेक्षा कोसळणारा पाऊस, वीजपुरवठ्याचा झटका व अकल्पित होणारी रोगराई, अशी बरीच कारणे सांगता येतील. यापेक्षा आणखी एक महत्त्वाचे कारण म्हणजे शेतमालाला उत्पादनखर्चावर आधारित योग्य भाव न मिळणे, हे होय. अनेकदा मार्केटमधील सारे व्यापारी एकत्र येऊन शेतमालाला विशिष्ट रकमेपेक्षा जादा किंमत कुणीही देऊ नये, असे ठरवतात. दुसरे कारण असे की, एकाच वेळी मोठ्या प्रमाणात भाजीपाला व फळे बाजारात आली की त्यांचे भाव प्रचंड प्रमाणात गडगडतात. त्यातून उत्पादनखर्चही भरून निघत नाही. नव्हे; मजुरी व वाहतुकीचा खर्चसुद्धा त्यातून भागत नाही. त्यामुळे अनेक शेतकरी टोमॅटो तोडून बाजारात आणण्यापेक्षा शेतातच कुजवून टाकतात. किंवा रस्त्यावर फेकून देतात. इतरही नाशवंत मालाची अशीच शोकांतिका होत असते. मध्यंतरी कांद्याची अवस्थाही अशीच झाली होती.

मध्यमवर्गीय ग्राहकाची मानसिकता अशी असते की, तुमच्या शेतमालाला किती खर्च आला, कोणत्या अडचणी आल्या, याच्याशी आम्हांला काही देणे-घेणे नाही. आम्हांला त्या स्वस्त दरात मिळाव्यात; रास्त भावातसुद्धा नव्हे! ग्राहकाच्या मासिक खर्चात फारतर पाच-पन्नास रुपये अधिक खर्च या कांदा-बटाट्यावर होत असावा. पण तोही त्यांना नको वाटतो. पण सिनेमाचे तीनशे रुपयांचे तिकीट ब्लॅकने पाचशे रुपयांना घेताना त्यांना महागाईची जाणीव होत नाही. एका वेळी दोनशे रुपयांचे आइस्क्रीम खाताना ते फार महाग आहे असे कधी वाटत नाही. कसलीही खळखळ न करता ते पैसे देतात. पण वीस रुपयांचा कांदा तीस रुपये झाला, की वृत्तपत्रांत आठ कॉलमच्या मोठ्या बातम्या झळकत असतात.

सांगण्याचा मथितार्थ असा की, एकाच वेळी शेतमालांची मोठी आवक मार्केटमध्ये झाली की भाव गडगडतात. त्याचा आर्थिक फटका शेतकऱ्याला बसतो. यावर काही उपाय शोधता येईल का, हा खरा प्रश्न आहे. याचे एकमेव उत्तर असे की, शेतमालावर आधारित छोटे-छोटे कृषी-उद्योग शेतकऱ्यांनीच उभे करणे, हे त्याचे एक उत्तर आहे. शेतमालाचे दर कधी चढतील व कधी कोसळतील, हे सांगता येत नाही. त्यापेक्षा आपल्या गावातल्या दहा-वीस शेतकऱ्यांनी एकत्र येऊन शेतमालावर प्रक्रिया करून त्याची विक्री केली, तर नेहमीपेक्षा दुप्पट फायदा झाल्याशिवाय राहणार नाही. दोन किलो टोमॅटोला तीस रुपये न देणारा ग्राहक त्याचा टोमॅटो सॉस करून विकला तर बाटलीला शंभर रुपये देऊन मोकळा होतो. पंधरा महिने जपलेला ऊस कारखान्याला घालून त्या बिलासाठी वर्ष-दीड वर्ष वाट बघण्यापेक्षा (तेही समाधानकारक नसतेच) तोच ऊस रासायनिक पदार्थ न घालता गूळ करण्यासाठी वापरला तर दुप्पट पैसा मिळतो. कराड भागातल्या अनेक शेतकऱ्यांनी असा गूळ तयार करून एक हुकमी मार्केट तयार केले आहे. नगर जिल्ह्यातील काही शेतकऱ्यांनी गूळभेंडी या जातीची ज्वारी करून त्याचा हुरडा विकण्याचा यशस्वी उद्योग केला आहे. चवीला गोड असणारा हा हुरडा मोठ्या शहरात शंभर ते सव्वाशे रुपये किलोपर्यंत विकला जातो. असा उद्योग आपल्या अल्पभूधारक शेतकऱ्याने का करू नये? ज्वारीचे खळे केल्यानंतर जो कडबा आपण जनावरांना घालतो, त्या कडब्यांचा भुस्सा करून त्यात मीठ, गूळ व वापरता न येणाऱ्या डाळीचा चुरा घालून त्याचे दुभत्या जनावराचे खाद्य केले, तर महागडे पशुखाद्य विकत घ्यायला कोण जाईल? तीस रुपये किलोने किंवा फारतर चाळीस रुपये किलोने आले विकण्यापेक्षा त्याची सुंठ बनवून विकली तर फायदा जास्त होईल. शिवाय, खूप दिवस टिकणारी ती वस्तू आहे. तुम्ही ती केव्हाही विकू शकता. आणखी काही उदाहरणे द्यायची झाली तर आवळा विकण्यापेक्षा त्याची आवळा सुपारी करून विकली तर कधीच तोटा होणार नाही. थोडेसे मार्गदर्शन घेतले तर आवळ्यापासून आपणसुद्धा च्यवनप्राश तयार करू शकतो. केळीचे चिप्स, बोराची पावडर, जांभळाचा रस, दुधी भोपळ्याची पावडर, पपईचा पल्प ही केवळ चवीची उत्पादने नाहीत; तर आरोग्यवर्धन व रोगनिवारक औषधी आहेत.

बरे, यासाठी फारसे भांडवल लागत नाही. जागा लागत नाही. तंत्रज्ञान व कौशल्य लागत नाही. फक्त दीर्घ काळ राबवण्याची जिद्द हवी, कष्ट करण्याची तयारी हवी, आणि एकमेकांचे मनापासून सहकार्य हवे.

परावलंबित्व

पूर्वीच्या काळी प्राथमिक शाळेच्या खोल्यांमध्ये सगळीकडे म्हणी लिहून ठेवलेल्या असायच्या. विद्यार्थ्यांना त्या पाठही व्हायच्या. त्यातल्या शेतकरी-जीवनाशी निगडित असलेल्या म्हणी आजही अनेकांना आठवत असतील. त्यापैकी 'उत्तम शेती, मध्यम व्यापार आणि कनिष्ठ नोकरी' ही म्हण अनेकांची पाठ होती. 'जेवायला म्हणून गेला, आणि राबून राबून मेला' ही म्हणही शेतकऱ्याच्या संदर्भात आहे. तुम्ही नोकरीमध्ये भरपूर काम करा, कमी करा किंवा अजिबात करू नका. एक तारखेला पाच आकडी पगार तुमच्या खात्यावर जमा होतो. आणि तुम्ही दिवसरात्र शेतात रक्त ओकेपर्यंत काम केले तरी तुमच्या पोटाला पोटभर अन्न मिळेल याची खातरी नाही. तुमच्या खिशात चार पैसे खुळखुळतील याची खातरी नाही. अल्पभूधारक असलेले आणि पावसाच्या कृपेवर शेती करणारे सारे शेतकरी दुसरा सक्षम पर्याय नसल्यामुळे या मातीत राबत असतात. या शेतकऱ्यांचे दुर्दैव असे की, शेतात राबण्याशिवाय त्यांच्याकडे दुसरा काही पर्यायच नाही. बरे, या राबण्याची न्याय्य परतफेड होते, म्हणावी तर तीही होत नाही. त्यामुळे आजचा शेतकरी दिवसेंदिवस परावलंबी होत चालला आहे. हे परावलंबित्व किती असावे आणि कशाकशावर असावे, याचे काही प्रमाणच राहिलेले नाही. या परावलंबनाची नुसती यादी केली तरी आपण चक्रावून जाऊ.

पावसावर त्याचे नियंत्रण नाही. तो हवा तेव्हा पडेल याची हवामानखात्यालाच जिथे खातरी नाही, तिथे शेतकऱ्यांना काय असणार? तो कोसळला तर असा अवेळी कोसळतो, की हातातोंडाशी आलेला घास मातीत मिसळून जातो. वादळामुळे तसेच गारपीटीने नुकसान होऊ नये यासाठी त्याच्या हातात काहीच नाही. म्हणजे पाण्यासाठी परावलंबित्व आलेच. कॅनॉलचे पाणी वेळेवर मिळावे हेही त्याच्या हातात उरले नाही. सरकार जेव्हा ते

जाहीर करेल, तेव्हाच त्याला मिळणार. तोपर्यंत त्याचे पीक मेले तरी त्याला काही करता येत नाही. त्याला ताबडतोबीने सात-बाराचा उतारा हवा असला तर तलाठ्याच्या भेटीवर अवलंबून राहावे लागते. एक वेळ देवासारखा देव त्याला लवकर भेटेल; पण तलाठी भेटेल याची खातरी नाही. उताऱ्याला उशीर म्हणजे बाकीच्या साऱ्याच गोष्टींना उशीर, हे ओघानेच आले.

शेतकऱ्याचे परावलंबित्व एवढ्यावरच थांबत नाही. तो इतका परावलंबी, की खताच्या किमती त्याच्या हातात नाहीत. खतांची टंचाई असेल तर त्याला सांगेल त्या किमतीला ते घ्यावे लागते. कारण खत उशिरा शेतात घालून चालत नाही. भाच्याच्या बारशाला पाळणा घेऊन जाण्याऐवजी एखाद्या मामाने तो त्याच्या वयाच्या सहाव्या वर्षी नेण्यात जसा अर्थ नसतो, तशीच खताची गोष्ट असते. खताप्रमाणेच बियाणांच्या किमती त्याच्या हातात नसतात. हजार-चार हजारांचे बी नेऊनसुद्धा ते नीटपणे उगवले नाही तरी त्याला काहीच करता येत नाही. म्हणजे परावलंबित्व आलेच. तीच गोष्ट फवारणीसाठी लागणाऱ्या औषधांची. त्याच्याही किमती त्याच्या हातात नसतात. आणि एका फवारणीने कधीच काम होत नाही. कुणीतरी त्याला भारी किमतीचे औषध सांगतो. ते घेतले की आधीचा खर्च वायाच गेल्यासारखा होतो, ते वेगळेच. पिकासाठी हवे असलेले बँकेचे कर्ज त्याला वेळेवर मिळत नाही. त्यासाठी लागणारी कागदपत्रे गोळा करताना त्याच्या तोंडाला फेस येतो. आणि ते कर्ज व त्याचे व्याज, दुष्काळ पडो, गारपीट होवो अथवा मालाची मातीमोलाने विक्री होवो, माफ करण्याचे त्याच्या हाती नाही.

शेतीसाठी मिळणाऱ्या विजेच्या वेळा तर खूपच 'आनंददायी' असतात. आमच्या भागता तर रात्री दहा-अकराला वीज येते, ती पहाटे चारपर्यंत. तोपर्यंत शेतकरी रानात असतो. उभ्या-उभ्या झोप घेतो. मिळणारी वीजही फक्त आठ तास असते. जादा मिळण्याचे त्याच्या हातात नाही. महत्त्वाचे म्हणजे शेतमालाला मिळणारा भाव तर तो उत्पादक असूनही त्याला ठरवता येत नाही. तो व्यापारी-दलाल ठरवतात. अशी अन्यायी रीत जगात दुसरीकडे कुठेही नसेल. शिवाय, इलेक्ट्रिक मोटारीचे सामान, पाईपसाठी लागणाऱ्या वस्तू, ट्रॅक्टरसाठी लागणारे पार्ट्स, फवारणीसाठी लागणारा पंप, यांच्या किमतीही दुसऱ्याच्या हातात असतात. हे सारे परावलंबित्व केवळ शेतकऱ्याच्या नशिबी आहे. त्याच्या हातात असणारी फक्त एकच गोष्ट; ती म्हणजे गळफास घेऊन आत्महत्या करणे! किती परावलंबित्व असावे याला काही मर्यादाच नाही.

गावाशी नाते अधिकाधिक घट्ट व्हावे...

गेल्या पन्नास-साठ वर्षांत ग्रामीण परिसरात बरेच बदल झालेले असले तरी तीन बदलांमुळे ग्रामजीवनाला जवळजवळ क्रांतिकारी म्हणावे असे स्वरूप प्राप्त झालेले आहे. खेड्यापाड्यांतल्या झोपडीपर्यंत शिक्षण पोहोचले. ते कितपत उपयुक्त आहे, याविषयी मतभेद असतीलही. दुसरा बदल म्हणजे आदिवासी मुलूख सोडला तर गावागावांत वीज आली. ती किती तास बंद असते, हा भाग वेगळा. पण चुलीच्या उजेडात व चिमणीच्या उजेडात वावरणारा ग्रामीण माणूस लख्ख उजेडात आला. आणि तिसरा बदल म्हणजे दूर आडगावापर्यंत आलेली एसटी बस. दवाखान्यात नेण्यासाठी आजारी माणसाला बैलगाडीतून नेणारा ग्रामीण माणूस आता एसटीचा वापर करू लागला आहे. तसे या साठ-सत्तर वर्षांत इतरही बदल झालेले आहेत. पण, मला शिक्षणप्रसारातून झालेले बदल व त्यातून तयार झालेली सुशिक्षित पिढी यांच्याविषयी सांगायचे आहे, त्यांच्याशी संवाद करायचा आहे. आपले गाव व हा तरुण यांच्यात मला एक नवे नाते निर्माण करावयाचे आहे.

आज प्रत्येक वाडी-वस्तीवर, अगदी मुठीएवढ्या गावामध्येही प्राथमिक शिक्षणाची सोय झालेली आहे. माध्यमिक विद्यालयांची संख्याही मोठ्या प्रमाणावर वाढलेली आहे. काहींनी त्याचा 'धंदा' केला आहे, ही गोष्ट खरी असली, तरी ज्यांना गरिबीमुळे मोठ्या शहरात जाऊन शिकता आले नाही, अशा तळागाळातील दलित वर्गाची शेकडो मुले आता इंग्लिशमधून संभाषण करू लागली आहेत. गावात शाळा-विद्यालय आल्याने मुलींच्या शिक्षणाचा आणि तिच्या विकासाचा प्रदेश विस्तारला आहे. काही मुलांनी यापुढे जाऊन आपले महाविद्यालयीन शिक्षण पूर्ण केले आहे. कारण आता प्रत्येक तालुक्याला एक-दोन महाविद्यालये स्थापन झालेली आहेत. त्यामुळे अनेकांना छोटी-मोठी नोकरीही मिळाली

आहे. प्राथमिक व माध्यमिक शाळा, सरकाराच्या जवळजवळ सर्व विभागांत शिकलेल्या ग्रामीण तरुणांचे प्रमाण खूप मोठे पाहावयास मिळत आहे. मुलींनीही चांगली प्रगती केलेली आहे.

आजमितीला मध्यम आकाराच्या गावामध्ये शहरी व निमशहरी भागांत नोकरी करणाऱ्या तरुणांची संख्या दहा-पंधरा एवढी तरी नक्कीच पाहावयास मिळते. मला असे वाटते की, आता या तरुणांनी स्वतःच्या संसाराबरोबरच गावाचाही संसार आपल्या खांद्यावर घ्यायला हवा. आपल्या गावाच्या सर्वांगीण प्रगतीसाठी त्यांनी एकत्र येऊन पुढाकार घेतला पाहिजे. शिकत असताना आपणाला ज्या अडचणींना तोंड द्यावे लागले, त्या दूर केल्या तर अनेकांच्या जीवनाला आधार मिळेल— दिशाही मिळेल. या तरुणांनी आपल्या पगारातील थोडीशी रक्कम बाजूला काढून त्याचा निधी तयार करावा. गावकऱ्यांची त्यासाठी थोडीफार मदत घेता येईल. आणि या रकमेतून गावाची सुधारणा करता येईल. सरकारी मदत किती मिळेल व केव्हा मिळेल, हे सांगता येत नाही. या पावसाळ्यात शाळेचे पत्रे उडून गेले, तर पुढचे तीन पावसाळे उलटून गेले तरी सरकारकडून पत्रा येत नाही, असा अनेकांचा अनुभव आहे.

पदवीपर्यंत शिकलेल्या व घरची शेती-उद्योग पाहणाऱ्या तरुणाला मुलांचे इंग्लिश व गणित सुधारण्यासाठी तास घेता येतील. लग्नसोहळा, वाढदिवस, अशा निमित्ताने देणगी देऊन यांना शिक्षणासाठी लागणारी अत्याधुनिक साधने भेट म्हणून देता येतील. विद्यार्थ्यांची गुणवत्ता वाढवण्यासाठी शिक्षकांच्या मदतीने अनेक उपक्रम राबवता येतील. ग्रामीण मुलांच्या ठिकाणी बुद्धी कमी नसते. तिला योग्य मार्गदर्शन मिळत नाही. स्कोप मिळत नाही. संशोधनासारख्या क्षेत्रातही त्यांनी अमेरिकाच्या नासापर्यंत झेप घेतलेली आहे. हे सारे कशामुळे घडले? त्याला मिळालेल्या मदतीमुळे आणि प्रोत्साहनामुळे.

अनेक गावांमध्ये रुग्णासाठी हव्या असलेल्या औषधांची सोय नसते. तेवढ्यासाठी शहरात जाऊन ते आणावे लागते. त्यात अख्खा दिवस वाया जातो. या तरुणांनी सहकारी तत्त्वावर गावातच एखादे मेडिकल स्टोअर काढायला काय हरकत आहे? त्यांच्याही वृद्ध आईबापांना त्याचा फायदा होणार आहे ना? गावामध्ये दर वर्षी चार-सहा तरी विवाहसोहळे साजरे होतात. त्यासाठी मंडप, सजावट, भांडी, आणि इतर गोष्टींवर प्रत्येक जण खर्च करतो. त्याऐवजी संपूर्ण गावानेच एखादे मंगल कार्यालय का उभे करू नये? सर्वांचीच सोय होईल. त्यातून चार पैसेही मिळू शकतील.

सांगण्याचा मथितार्थ एवढाच, की शिकलेल्या तरुणांनी त्यांचा गावाशी असलेला संबंध तोडू नये. तो अधिक मजबूत करत जावे.

शेतकरी नवरा नको !

मुक्त अर्थव्यवस्था, जागतिकीकरण, भौतिक सुखांना महत्त्व देणारी चंगळवादी जीवनशैली आणि धनसंपत्तीला प्राप्त झालेले 'परमेश्वरी' रूप यामुळे जगातल्या विकसनशील देशांतील चार गोष्टींवर खोलवर आणि विपरीत परिणाम झालेले आपल्याला दिसून येतात. त्या चार गोष्टी म्हणजे, शेतीवर यांचा परिणाम झाला. शिक्षणक्षेत्रावर परिणाम झाला. फेसबुक आणि मोबाईल क्रांतीमुळे तुमच्या-आमच्या जीवनावर परिणाम झाला आणि आपली भाषा, साहित्य व संस्कृती यांवरही परिणाम झाला. साऱ्या गोष्टींचे विकृती आणि विद्रुपीकरण सुरू झाले आहे. या साऱ्या गोष्टींमुळे आपल्या जगण्याचा हेतू बदलला. जगण्याची दिशा बदलली. आणि जगण्यासाठी आवश्यक असलेल्या मूल्यांचा क्रमही बदलला. गॅट करारामुळे जागतिक पातळीवरून अनेक बंधने आल्याने शेती पार कोलमडून गेली. शेतीशी निगडित असलेली कोणतीही गोष्ट आपल्या म्हणजे शेतकऱ्याच्या हातात राहिली नसल्याने शेती करणे म्हणजे केवळ राबणे, कर्जाचे ओझे डोक्यावर घेणे, कमालीच्या विपन्नावस्थेत राहणे, आयुष्यभर संकटांना तोंड देणे, आणि अपेक्षाभंगाचे दुःख कवटाळून नाइलाजास्तव जगणे, एवढाच याला अर्थ प्राप्त झाला आहे. आणि त्यातूनच ग्रामीण समाजामध्ये कल्पनाही करता येणार नाही, असे नवे प्रश्न निर्माण झाले आहेत. त्यातला एक जिव्हाळ्याचा व जिवंत प्रश्न म्हणजे आजकाल शेतकऱ्यांच्या मुलांचे विवाह न होणे, किंवा खटपटीने कसातरी तो करणे, हा एक प्रश्न म्हणावा लागेल. हा प्रश्न राजाभाऊ नावाच्या माझ्या संपर्कात असलेल्या मित्राच्या रूपाने माझ्या घरापर्यंत आला.

राजाभाऊ एकदा आपल्या मुलासह माझ्याकडे आले. चहापानाबरोबर थोडेसे अवांतर बोलणे झाल्यावर त्यांनी आपली खंत मला बोलून दाखवली. ''अण्णासाहेब, सध्या मी एका विचित्र संकटात सापडलो आहे. त्यामुळे मला अन्न गोड लागेना. झोप नीट लागेना.''

सहानुभूती दाखवत मी त्यांना विचारले, ''एवढं कसलं संकट कोसळलंय, अन्नपाणी गोड न लागण्यासारखं? काही पैशांची नड वगैरे आहे का?''

मानेनंच नकार देत ते म्हणाले, ''हा माझा थोरला मुलगा सुरेश. कॉलेजच्या सगळ्या परीक्षा पास झाला आहे. त्याला एखादी छोटी-मोठी नोकरी मिळावी यासाठी खूप प्रयत्न केले. सोसायटी, पतपेढी, जिल्हा बँक, हायस्कूल, आणि सरकारच्या तीन-चार खात्यांसाठी प्रयत्न केले. एक तर सरकारने नोकर भरती बंद केली आहे. सगळीकडे वशिला आणि नात्यागोत्याचं राजकारण. त्यामुळे तो सध्या शेतात माझ्याबरोबर काम करतो. मनापासून राबतो. कसलंही व्यसन नाही. चैन-मौज करत नाही. अनाठायी पैसा खर्च करत नाही. बरं, दिसायलाही तो चांगला आहे. गेल्या तीन वर्षांपासून आम्ही प्रयत्न करतोय पण त्याचं लग्न काही जमेना. मुलींकडूनच सारखे नकार येऊ लागले आहेत.

''काय गंमत आहे बघा अण्णासाहेब, गेल्या पंधरा-वीस दिवसांपूर्वीचा एक अनुभव सांगतो. आमच्या एका नात्यातल्या मुलीला आम्ही मागणी घातली. तो नातेवाईक तसा काही धनवान नव्हता. मुलगी मात्र दोन वर्षं कॉलेजला जात होती. नंतर तिने ते सोडलं. बरं, आमची घरची परिस्थिती तशी वाईट नाही. रोज कुणाच्या तरी बांधावर मजूर म्हणून जावं लागतं, अशातला भाग नाही. बारा एकर शेती आहे. थोडीफार विहीर-बागायत आहे. पोटापुरतं शेतात पिकतं. दारात चार जनावरं आहेत. दूध-भाजीपाल्याचा पैसाही मिळतो. तरीही मुलीच्या बापानं नकार दिला. मुलीलाही आमचं सुरेशचं स्थळ पसंत पडलं नाही. त्यांचं म्हणणं असं की, 'माझ्या पोरीला तुमच्या घरी दिलं तर आयुष्यभर घरात आणि शेतात राबावं लागेल. एवढं राबूनही पोरीला सुख मिळेल याची खातरी नाही. तिची हौसमोज तर दूरच; शिवाय तिला आता खेड्यात राहणं नकोसं वाटतंय. एखादा नोकरदार मुलगा असला की सारं कसं जमून येईल. त्रास नाही. कष्ट नाही. जबाबदाऱ्या नाहीत आणि शेणघाण काढायचाही प्रश्न नाही. एखादा अगदी शिपाई म्हणून नोकरी करणारा मुलगा असला तरी चालेल.' असं साऱ्यांचं म्हणणं पडतंय. मात्र, पंधरा एकर जमीन असलेला शेतकरी नको. या शेतकऱ्याच्या माथ्यावर कर्जाचं ओझं असतं. तेच पुढं पोराला फेडावं लागतं. कर्जात बुडलेल्या घरात माझी लेक मी का द्यावी,' असं ते म्हणतात. आणि थोडंफार त्याचंही म्हणणं रास्तच आहे ना!''

वेळेवर मारावा 'टाका'

कोणतीही गोष्ट वेळेवर केली, व्यवस्थित केली आणि विचारपूर्वक केली तर त्याचे परिणाम आपल्याला ताबडतोब दिसतात. मग ते आजारी माणसाला द्यावयाचे औषधपाणी असो, विवाहविधीसारखा एखादा सोहळा असो. नोव्हेंबरमध्ये असलेल्या लग्नाची पत्रिका एखाद्या 'व्यवस्थित' माणसाने डिसेंबरमध्ये पोस्टात टाकली तर ती पत्रिका त्याला त्या वधूच्या डोहाळजेवणालाच मिळायची. तीच गोष्ट आपल्या शेतीच्या बाबतीतही लागू पडते. दर आठवड्याला पाणी देण्याऐवजी एखाद्या 'व्यवहारी' शेतकऱ्याने एका महिन्याने पिकाला चौपट पाणी दिले तर हातात काहीच येणार नाही. चार दिवसांचे अन्न एकदाच खाऊन जसा शरीराला अपाय होतो, तसेच शेतीच्या बाबतीत आहे. प्रत्येक गोष्ट मनापासून, व्यवस्थित, आणि वेळच्यावेळीच केली पाहिजे. आणि वेळच्यावेळी तिची विल्हेवाटही लावली पाहिजे. आपल्या अनेक शेतकऱ्यांना वेळेचे महत्त्व आणि वेळेचे हे भान अजून झालेले नाही.

काही शेतकऱ्यांना त्यांच्या कामाच्या व्यापामुळे वेळ मिळत नाही; तर काही शेतकऱ्यांना गावच्या यात्रा-जत्रा, साखरपुड्यापासून तो लग्नानंतरच्या पूजेपर्यंत असणाऱ्या विधींना हजर राहण्याची हौस, एखाद्या पुढाऱ्याचा कासोटा धरून त्याच्याबरोबर भटकण्याची हौस, करमणुकीचे कार्यक्रम, निवडणुकीच्या चर्चा, पार्टी-पार्टींमधील भांडणात रस, आणि छोट्या पुढाऱ्यापासून देशपातळीवरच्या पुढाऱ्याच्या भानगडींची निरर्थक चर्चा याचीच अधिक आवड असल्यामुळे त्यांचे शेतीकडे पूर्णपणे दुर्लक्ष होते. कुठलीच गोष्ट वेळेवर होत नाही. त्यामुळे शेतातल्या भेंड्या निबर होतात, मग त्यांना भाव मिळत नाही. शेतातला दोडका भोपळ्याच्या आकाराचा होतो; मग गिऱ्हाईक नसल्यामुळे तो रस्त्यावर फेकून द्यावा लागतो. मिरचीचा तोडा वेळेवर न झाल्याने पिकलेल्या मिरच्या खाली पडून त्यांचे खत

होते. काढणीस आलेला भात वेळेवर कापला नाही तर तो खाली जमिनीवर लोळतो; पक्षी, उंदीर त्यावर तुटून पडतात; अर्धा-अधिक मातीत कालवला जातो. एखाद्याकडे पेरूची बाग असेल तर तिची तीच अवस्था होते. गिऱ्हाइकांना आवडणारा पेरू पिकून पार अळ्या झाल्यावर काढला तर तो कोण विकत घेणार? म्हणूनच पूर्वी एक म्हण प्रचलित होती, 'फाटक्या कपड्याला वेळेवर मारलेला एक टाका, पुढच्या नऊ टाक्यांचा त्रास वाचवतो.' म्हणजे आपला त्रास आणि नुकसान कमी करतो. एक टाका मारायला आपल्याला कितीसा वेळ लागणार?

हे सारे सांगण्याचे कारण झाला, माझा परिचय असलेला दत्ता हा शेतकरी. वडील वयोमानाने थकलेले असल्याने शेतीची सारी जबाबदारी त्यांनी दत्ताच्या खांद्यावर टाकली. दत्ताही कर्तृत्व दाखवायला मिळाले म्हणून खूश होता. पण तरुण वय, मित्रांचा गोतावळा, तमाशा-सिनेमा यांची हौस, आणि खुळखुळणारा पैसा यामुळे त्याचा वेळ शेतीत जितका जायला पाहिजे, त्यापेक्षा जास्त छंदीफंदी गोष्टींतच जाऊ लागला. चार मित्रांनी पुन:पुन्हा सांगितले म्हणून त्याने तीन एकरात टोमॅटोचे पीक घेतले. हे तसे नाजूक पीक. लहान लेकराला सांभाळावे तसे त्याला सांभाळावे लागते. चांगली फुले यायच्या वेळेलाच त्यावर कसलातरी रोग पडला. मित्रांनी औषधाची फवारणी करायला सांगितली. पण आज फवारणी करू, उद्या करू असे करता-करता त्यात आठ-दिवस निघून गेले. नंतर फवारणी केली; पण त्याचा काही उपयोग झाला नाही. सर्व खर्च वाया गेला. त्यानंतर खताचा एक डोस द्यायला हवा होता. पण मित्राला मुलगी बघण्याच्या नादात त्याचे पंधरा-वीस दिवस वाया गेले. त्यामुळे तो डोसही उशिरा दिला गेला. जुलाब होणाऱ्या माणसाला ताबडतोब औषध देण्याऐवजी त्याला जर कुणी तीन दिवसांनी औषधे दिली तर त्याचा काही फायदा होईल का?

तर... अशा सर्व कारणांमुळे फळ कमी लागले. टोमॅटोचा आकार छोटा झाला. काही फळांना कीड लागली. दत्ताने हे सारे गंभीरपणे कधी घेतलेच नाही. आणि तोडणीलाही थोडा उशीर झाल्यामुळे अति पिकलेला टोमॅटो घ्यायला कुणी तयार होईना. शेवटी टोमॅटो तोडणाऱ्या बायकांची मजुरीही त्यातून भागेना म्हटल्यावर त्याने सारे टोमॅटो मातीतच गाडले. त्याचे खत केले. तेव्हा जेवताना घशात घास अडको वा न अडको, आधीच पाण्याचा तांब्या शेजारी ठेवणे केव्हाही शहाणपणाचे ठरते!

❋

मजुरांचा प्रश्न आणि इतर

शेतकऱ्याला आयुष्यभर दंश करणारे, त्याला रस्त्यावर आणणारे घटक कोणते? दुष्काळ किंवा निसर्गाची अवकृपा, त्याच्या माथ्यावरचे कमी न होणारे कर्ज, त्याच्या शेतमालास समाधानकारक बाजारभाव न देणारे व्यापारी आणि दलाल, शेतकऱ्याविषयी कमालीचे उदासीन असलेले सरकार, आणि किरकोळ गोष्टींसाठी हेलपाटे मारावयास लावणारे शासकीय अधिकारी. या चार-पाच घटकांनी मनावर घेतले तर शेतकरी खरोखर 'बळीराजा' ठरेल; पण सध्या तरी तो या सर्वांचा 'बळी' ठरलेला आहे. यामध्ये आता आणखी एका घटकाचा समावेश करायला हवा. आणि तो म्हणजे, शेतीसाठी लागणाऱ्या मजुरांचा.

आज बऱ्यापैकी बागायती शेती असणाऱ्या शेतकऱ्यांसमोर मजुरांचा फार मोठा यक्षप्रश्न उभा राहिला आहे. याची गंमत अशी की, गावात भरपूर निरुद्योगी माणसे असूनही ती काम करायला तयार नसतात. एकीकडे बेकारांची संख्या भरपूर आहे; तर दुसरीकडे मजुरांची टंचाई भासते आहे. गावातल्या चौकात, देवळात किंवा एखाद्या हॉटेलसमोर तंबाखू चघळत, गाणी ऐकत बसणारी किंवा राजकारणावर निरर्थक चर्चा करणारी माणसांची गर्दी कधीच कमी होत नाही. अशी दिवसभर मोकाट जनावरासारखी फिरणारी माणसे इतर कुठल्याही देशांत असतील, असे मला तरी वाटत नाही.

त्यातूनही मजूर म्हणून जी माणसे कामाला तयार असतात, त्यापैकी काही आपल्या रोजगाराला स्मरून काम करत नाहीत. ही मजूर मंडळी कामाला सुरुवात करतात, तीच मुळात दहा वाजता. दुपारी एक तासाची जेवणासाठी सुट्टी घेतात. नंतर थोड्या वेळाने चहा-तंबाखूसाठी पंधरा-वीस मिनिटांची सुट्टी घेतात. आणि सायंकाळी पाचच्या आतच घरी जाण्यासाठी त्यांची लगबग सुरू होते. मजुरी मात्र त्यांना चांगली आणि आधी हवी असते.

मजुरी देण्याविषयी शेतकऱ्यांची खळखळ नसते. पण त्यामानाने ते शेतकाम करत नाहीत. त्यांना रागावून किंवा जबरदस्ती करून काम करून घेतले तर दुसऱ्या दिवशी ते कामावरच येत नाहीत. त्या ऐवजी दुसरा एखादा मजूर बघावा, तर त्यालाही पहिल्या मजुराने या मालकाची जबरदस्ती सांगितलेली असते. त्यामुळे तोही नकार देतो. शासनाच्या रोजगार हमीवर तोंडदेखले दोन तास काम करून चांगला रोजगार घेण्याची सवय असलेल्या या मजुरांना मनापासून काम करणे जिवावर येते. शेवटी बागायतदार शेतकरीच त्याला शरण जातो. शेतीतील काही कामे अशी असतात, जी वेळच्यावेळीच व्हावी लागतात. ती वेळेत झाली नाहीत तर शेतकऱ्याचे मोठे नुकसान होते. विशेषतः फळभाज्या-पालेभाज्यांच्या बाबतीत हे नेहमी घडते.

शेतकऱ्याच्या बाजूने दुसरी अडचण अशी की, शेतातली सगळीच कामे काही यंत्राचा वापर करून करता येत नाहीत. कापूस वेचणे, मिरची तोडणे, शेंगा तोडणे, टोमॅटो काढणे, बोरं किंवा डाळिंब काढणे, शेवग्याच्या शेंगा तोडणे, अशा कामांसाठी मजुरांचीच आवश्यकता असते. तेव्हा शेतकऱ्यांची ही अडचण लक्षात घेऊन सरकारने कारखान्यातल्या कामगाराप्रमाणे नियम करून, तसा कायदा करावा आणि त्याची काटेकोर अंमलबजावणी करावी. शेतमजुराचे श्रम फुकट वा अल्पदरात घेणे हेही जसे चुकीचे; तसेच मिळणाऱ्या मजुरीचा योग्य मोबदला न मिळणे हेदेखील चुकीचेच म्हणावे लागेल. असे धोरण अमलात आणले तर मालक आणि मजूर दोघांनाही फायद्याचे ठरेल.

यावर सांगता येण्यासारखा आणखी एक उपाय म्हणजे शेतात राबणाऱ्या मजुरांना रोख रक्कम न देता शेतातल्या उत्पन्नाचा पाचवा हिस्सा मजुरीपोटी द्यावा. चार मजुरांनी अशी चार-दोन शेतकऱ्यांची शेती केली तर वर्षभरासाठी लागणारे धान्य तर त्याला मिळेलच; शिवाय, ऊस, फळबागा यांच्या विक्रीतून रोख रक्कमही मिळेल. आपल्याला चार पैसे अधिक मिळावेत या भावनेने तो मजूरही मनापासून शेतात राबेल. हवा तेवढा वेळ देऊ शकेल.

आज शहरांमध्ये राजस्थान, बिहार, उत्तर प्रदेश येथून फरशी बसवणारे, फर्निचर बनवणारे, रंगकाम करणारे जे मजूर येतात, ते अशाच पद्धतीने काम करत असल्याने त्यांना चांगली प्राप्तीही होते. अनेकदा ते रात्री दहापर्यंतही काम करतात.

वृद्धांची सेवा हीच ईश्वरपूजा

पंधरा-वीस वर्षांपासून विज्ञान, तंत्रज्ञान, शिक्षण आणि संपर्कांची नानाविध साधने यांमुळे खेड्यांचाही चेहरा शहरी बनत चालला आहे. आरोग्य सेवा आणि शिक्षण सोडले तर शहरातल्या साऱ्या सुखसोयी आता खेड्यांतही उपलब्ध झालेल्या आहेत. त्याचबरोबर शहरात निर्माण झालेले अनेक प्रश्न आता खेड्यांमध्येही जाणवू लागले आहेत. या अनेक प्रश्नांपैकी एक प्रश्न आहे खेड्यांतल्या वयोवृद्ध स्त्री-पुरुषांचा. त्यांच्या सुखा-समाधानाने जगण्याचा. आजकाल खेड्यांमध्येही नोकरीच्या निमित्ताने, पोट भरण्याच्या निमित्ताने, हलकीसलकी कामे मिळतात, या विचाराने गाव सोडून जाणाऱ्या तरुणांची संख्या बऱ्यापैकी जाणवते आहे. अगदी प्राथमिक शाळेत शिक्षक असलेल्या माणसाला गावातल्या शाळेत नोकरी मिळत नसते. त्याला आपले गाव आणि कुटुंबीय सोडावे लागते. याबरोबरच काही वयोवृद्धांची मुले कर्ती-सवरती झाल्यावर आपल्या आईबापाला नीट सांभाळत नाहीत. शहरांमध्ये तर अशा वृद्धांना वृद्धाश्रमामध्ये पाठवले जाते. काही कुटुंबांमध्ये दोन-तीन मुली असतील तर त्यांचे विवाह झाल्यावर त्या सासरी रमतात आणि थकलेल्या माता-पित्यांकडे त्यांना लक्ष देता येत नाही. त्यांची योग्य ती काळजी घेता येत नाही. शिवाय, विवाहित मुलीच्या घरी कायमस्वरूपी राहणे हे जुन्या मंडळींनाही योग्य वाटत नाही. ते त्यांना अवमानकारक वाटते. अनेकदा मुलीची सासू, दीर, नणंद अशी मंडळीही त्यांचा पाणउतारा करतात, टोचून बोलतात. त्यामुळे या वृद्धांना तिथे राहणे एकापरीने शिक्षा वाटते. याबरोबरच भरीसभर म्हणजे या अडाणी मंडळींना निवृत्ती वेतन नसते. बँकेत नावावर पैसा नसतो. त्यामुळे त्यांच्या जगण्याच्या समस्या अधिक दाहक बनतात. जवळ पैसा असेल तर त्यांना घरकामाला बाई ठेवून दोन वेळा मनासारखे खाता येते. औषधपाण्यासाठी कुणापुढे हात पसरावा लागत नाही. कापडचोपड

खरेदी करणे, तीर्थयात्रा करणे, लग्नसोहळ्यात मनासारखा आहेर करणे यासाठीही कुणावर अवलंबून राहावे लागत नाही.

काही गावात या वृद्धांच्या भावकीतली माणसे त्यांना मदत करतात; नाही असे नाही. पण ते त्यांच्या सोयीनुसार व वेळेनुसार मदतीला येतात. या वृद्धांना दुपारी बारा वाजताच जेवावेसे वाटले तरी नात्यातल्या स्त्रिया त्यांना त्या भुकेच्या वेळी जेवायला देतील अशातला भाग नाही. कदाचित दुपारी दोन वाजतादेखील त्यांना ते खावे लागते. गावात असलेल्या कीर्तन-प्रवचनास जायचे झाले तरी त्यांना घेऊन जाणारी माणसे किंवा मुले त्या वेळी येतीलच असे नाही. म्हणजे भावकीच्या माणसांची मदत ही भावकीच्या मनावर अवलंबून. एक वेळ ही माणसे परवडली; पण इतर काही नातेवाईक असे असतात, की ती या वृद्धांना लुबाडण्यासाठीच धडपडत असतात. काहींना यांची शेती फुकटात हवी असते. किंवा स्वस्तात घ्यायची असते. काहींना त्यांचे घर बळकवायचे असते. काहींची धडपड यांनी गाव सोडून जावे अशी असते. त्यामुळे त्यांची जराही मदत होत नाही.

शिवाय, शरीर थकल्यामुळे यांना काम करून पोटापुरते मिळवता येत नाही. भीक मागावी तर साऱ्या गावभर बेअब्रू होते. त्यांनाही अशी भीक मागणे लाजिरवाणे वाटते. म्हणजे यांची उपासमार ठरलेली. यांचे परावलंबित्व वाढत जाणारे. शिवाय, नेमक्या याच वयात प्रकृती साथ देत नाही. वयोमानानुसार काही आजार वाढतात. प्रतिकारशक्ती नसल्याने पदोपदी ते छोट्यामोठ्या आजाराने झोपून राहतात. एखादा दुर्धर व गंभीर आजार असेल तर त्यासाठी उपाय करता येत नाही. मरण हाच त्यावरचा एकमेव उपाय असतो. मग अशा या रोगग्रस्त, निराधार, दरिद्री म्हाताऱ्यांनी कसे राहायचे व कसे जगायचे?

म्हणून साऱ्या गावाने एकत्र येऊन या वृद्धांसाठी एखादे सेवाकेंद्र उभे करावे, एखादा सेवाभावी डॉक्टर मदतीला घ्यावा. त्यांच्या दोन वेळच्या जेवणाची सोय करावी. ग्रामदेवतेच्या यात्रेमध्ये अनाठायी खर्च करण्यापेक्षा या जित्याजागत्या देवतांच्या सेवेला प्राधान्य द्यावे, हीच खरी ईश्वरपूजा आहे.

दुसऱ्या हरितक्रांतीसाठी विद्यापीठांनी शेतावर यावे

जगातल्या अनेक कृषी-शास्त्रज्ञांनी अनेकदा जाहीर केले आहे की, भारत आणि इस्त्राईल देशांतील शेतकरी हे सर्वात जास्त कष्टाळू आहेत, जिद्दीचे आहेत. आपल्या अनुभवांतून आणि पंचमहाभूतांच्या अभ्यासातून नवे प्रयोग करण्याची क्षमता त्यांच्या ठिकाणी आहे. तो शेतीमध्ये मनापासून राबतो. अधिक उत्पन्न काढण्यासाठी तो धडपडत असतो. याचा अनुभव आपण गेल्या दोन-तीन दशकांपासून घेतो आहोत. अमेरिकेत घोड्यांना खाऊ घातली जाणारी मिलो नावाची तांबडी ज्वारी आपल्याला एके काळी नाइलाजास्तव खावी लागत होती, आता भारतातला शेतकरी जगातल्या वीस देशांना अन्नधान्य पाठवतो आहे. तांदूळ उत्पादनात नेत्रदीपक प्रगती केली आहे. दुग्धोत्पादनात दुसरा क्रमांक मिळवला आहे. कापूस उत्पादनात नेत्रदीपक प्रगती केली आहे. आता दुसऱ्या हरितक्रांतीची स्वप्ने तो पाहतो आहे. इस्त्राईलच्या शेतकऱ्यांप्रमाणेच त्याला दहा किलोचा भोपळा, एक किलोचे वांगे, आणि अर्धा किलो वजनाचा टोमॅटो निर्माण करावयाचा आहे. इस्त्राईलच्या शेतकऱ्यांनी जसे वाळवंटाचे नंदनवन केले, तसे त्यालाही करावयाचे आहे.

आमचा हा शेतकरी निरक्षर असला तरी बुद्धिमान, कल्पक आणि प्रयोगशील आहे. त्यातूनच आज त्याने दहा-दहा फूट उंचीची वांग्याची झाडे निर्माण केली आहेत. एकाच झाडावर चार प्रकारची वांगी तो काढतो आहे. खेदाची गोष्ट इतकीच की, इस्त्राईलचे सरकार शेतकऱ्यांच्या पाठीमागे खंबीरपणे उभे असते. साऱ्या प्रयोगशाळा शेतकऱ्यांच्या बांधावर जाऊन त्यांना मार्गदर्शन करत असतात. आपल्याकडे मात्र नेमकी याच्या उलट स्थिती आहे. कृषी खात्याचे अधिकारी आणि कृषी विद्यापीठाचे संशोधक या शेतकऱ्यांना जवळ घेत नाहीत. त्यांना वेळच्यावेळी मार्गदर्शन करत नाहीत.

आपल्या महाराष्ट्रात चांगली चार-पाच कृषी विद्यापीठे आहेत. तेथे सातत्याने नवे

संशोधन केले जाते. नवे प्रयोग केले जातात. पिकांवर / फळबागांवर पडणाऱ्या रोगांवर संशोधन केले जाते. अधिक उत्पन्न देणारे पिकांचे / धान्यांचे नवे वाण सिद्ध केले जातात. पण त्यांचे हे सारे संशोधन एखाद्या शोध-प्रबंधात अडकून पडते. फारतर दहा-वीस संशोधकांमध्येच घोटाळते. त्याची योग्य अशी प्रसिद्धी होत नाही. कृषी खाते त्यावर विशेष प्रयत्न करत नाही. त्यासाठी शेतकऱ्यांचे प्रबोधनपर मेळावे आयोजित केले जात नाहीत. किंवा हे संशोधक जातीने शेतकऱ्यांच्या बांधावर जाऊन मार्गदर्शन करत नाही. शिवाय, अनेकदा त्यांचे हे मार्गदर्शन अपुरे, परिणामशून्य असते. गेल्या दहा वर्षांपासून मर नावाच्या रोगामुळे डाळिंबाच्या शेकडो एकर बागा उद्ध्वस्त झाल्या; पण त्यावर यांना अजूनही हुकमी उपाय सुचवता आलेला नाही. बाग स्वच्छ ठेवा, माती परीक्षण करा, या रोगाची झाडे जाळून टाका किंवा फवारणी करा, अशा प्रकारचे मार्गदर्शन केले जाते; ज्यांचा या रोगावर काहीच परिणाम होत नाही. तेव्हा या विद्यापीठांनी आणि सरकारने नवनवे संशोधन शेतकऱ्यांच्या बांधावर लगेच पोहोचवले पाहिजे. त्याचा वापर करण्याची यंत्रणा सरकारने उभी केली पाहिजे. त्यांच्या विक्रीची व्यवस्थाही उभी केली पाहिजे, तरच शेतकऱ्यांचे भले होईल. वाढत्या उत्पादनामुळे बाजारभाव थोडेफार कमी झाले तरी शेतकऱ्याला आर्थिक तोटा सहन करावा लागणार नाही. इस्त्राईलच्या शेतकऱ्याने ते अमलात आणले आहे.

विद्यापीठे आणि महाराष्ट्र शासन यांच्याकडे पुरेसे मनुष्यबळ नसेल तर आणखी एक उपक्रम करता येईल. तो म्हणजे, कृषिशास्त्राचे छोटे-छोटे अभ्यासक्रम खेड्यांतील तरुणांना शिकवून त्यांना 'कृषिदूत' म्हणून शेतकऱ्यांना मार्गदर्शन करता येईल. चीनने हा प्रयोग करून शेती-उत्पादन वाढवले आहे. एकेका गावात चार-पाच कृषिदूत ठेवले तर प्रत्येक शेतकऱ्याला घरबसल्या मार्गदर्शन मिळू शकेल. आणि त्याचा फायदा झाल्याशिवाय राहणार नाही. नाहीतरी दहावी-बारावीपर्यंत शिकलेली अनेक मुले बेकार म्हणून नोकरीसाठी धडपडत असतातच. त्यांच्या बेकारीचा प्रश्नही या रीतीने सुटू शकेल. घरच्याघरी या मुलांना पोटापुरते पैसे मिळाले तरी ते समाधानी होतील.

तेव्हा विद्यापीठाने शेतावर गेले पाहिजे; शेतकऱ्यांनी विद्यापीठांकडे जायला नको. एवढे झाले तर दुसरी हरितक्रांती लवकरात लवकर होईल, असे वाटते.

प्रश्न विजेचा

सफल आणि समृद्ध शेतीचा प्राणभूत घटक आहे, पाणी आणि वीज. या दोन गोष्टी मुबलक आणि हव्या त्या वेळेला मिळाल्या तरच शेतीचे उत्पन्न वाढेल. या उत्पन्नाला दर कमी मिळाला तर शेतकरी तो उशिरा विकेल किंवा चांगला दर मिळणाऱ्या बाजारपेठेत जाऊन विकेल; एखाद्याकडे माळरान असेल तर तो खता-गाळाने त्याला सुपीकता आणेल; एखादे औषध चांगले नसेल तर दुसरे बदलून आणेल; पण पाणी शेतकऱ्याला निर्माण करता येत नाही आणि वीज तयार करता येत नाही. या दोन्हींसाठी त्याला दुसऱ्यांवर अवलंबून राहावे लागते.

आजघडीला सर्वात मोठी डोकेदुखी आहे वीज खंडित होण्याची. हे वीजखाते कमालीचे लहरी आणि बेजबाबदार खाते झाले आहे. विशेषतः ग्रामीण भागात तर विजेचा हा लपंडाव लोकांच्या जिवावर आलेला आहे. गावाला पाणीपुरवठा करणाऱ्या जलशुद्धी केंद्राला दिवसभर वीज नसल्याने साऱ्या स्त्रियांना कळशीभर पाण्यासाठी धावपळ करावी लागते. जनावरांना पाण्यावाचून तसेच ठेवावे लागते. गावात वीज नसल्याने पिठाच्या गिरण्या सुरू होत नाहीत. त्यामुळे दळणावाचून काहीतरी उकडून खावे लागते. गावाला वीज नसल्यामुळे दूध सोसायट्यांचे हजारो लीटर दूध बर्फ नसल्याने नासून जाते. गावाला वीज नसल्यामुळे अनेक छोटे-मोठे अपघातही होतात आणि शाळेतील मुलांना रात्रीचा अभ्यास गुंडाळून ठेवावा लागतो.

शेतीसाठी मिळणाऱ्या विजेच्या बाबतीत तर सगळा आनंदीआनंद असतो. ही वीज केव्हाही येते आणि केव्हाही जाते. अनेकदा ती कमी दाबाने मिळते, तर अनेकदा ती मोटारी जाळण्याइतकी अति दाबाने मिळते. अशा अनियमिततेमुळे हजारो शेतकऱ्यांच्या मोटारी जळतात. त्या दुरुस्त करण्यासाठी त्यांना नाहक खर्च करावा लागतो. शिवाय,

यावर तक्रार करून काही उपयोग नसतो. शेतीसाठी मिळणारी जी वीज असते, ती दिवसा फारशी नसतेच. रात्री अकरापासून पहाटे चार-पाचपर्यंत ती दिली जात असल्याने हा बिचारा शेतकरी रात्रभर जागतो. थंडी-वाऱ्याचा रात्रभर चिखलात उभा राहतो. 'योगी पुरुष जगाच्या कल्याणासाठी रात्रभर जागाच असतो' असे एक संस्कृत वचन आहे. वीजखात्याने आपल्या शेतकऱ्यांसमोर हे वचन ठेवले असावे. जागरण होते म्हणून तमाशाला न जाणारा शेतकरी इथे मात्र वीजगोंधळामुळे 'जागरण' करत असतो. बरे, रात्री मिळणारी ही वीजही फारतर आठ तासांपुरतीच असते; आणि जाहिरातीत मात्र आपण वाचतो बारा तास वीज पुरवठा, चोवीस तास वीजपुरवठा. अनेक दिवस वीज दिलेली नसताना, दिली तरी वारंवार बंद होत असताना, वीजबिलासाठी मात्र सक्ती केली जाते. दुष्काळ पडल्याने शेतकऱ्याने वीज वापरली नसेल तर, वीजपुरवठा करणारे जनित्र तीन-तीन महिने बिघडलेले असताना, वारंवार विनंती करूनही ते बंद असल्याने हातातोंडाशी आलेली पिके जळून खाक झाली असतील तर वीज न वापरता या शेतकऱ्याने वीजबील का भरावे? सध्या या शेतकऱ्याला पाच हॉर्स पॉवरच्या मोटारीला सुमारे साडेसात हजार रुपये बील भरावे लागते. तेही जादा आहे; कारण एवढी वीज शेतकऱ्याकडून वापरली जातच नाही.

माझ्या अति परिचयातील शेतकऱ्याचा एक अनुभव इथे सांगायलाच हवा. या शेतकऱ्याने २०१४मध्ये विजेसाठी अर्ज केला. त्यासाठी लागणारे पैसे आधीच भरले. तरीही त्याला अद्यापपर्यंत वीज मिळालेली नाही. शाखा अभियंत्याने 'फारतर दोन महिन्यांत वीज देऊ', असे सांगितल्याने त्याने जे पीक केले ते पार जळून गेले. २०१८ साल सुरू झाले तरी वीजखात्याचे दोन महिने अजून पूर्ण व्हायचे आहेत. या नुकसानीला जबाबदार कोण? आपण हेही मान्य केले पाहिजे की, काही सधन शेतकरी सरकारचा गैरफायदा घेतात. आज ना उद्या वीजबील माफ होईल या विचाराने ते वीजबीलच भरत नाहीत. पण शासकीय अधिकाऱ्यांनी अशा मंडळींचा शोध घेऊन त्यांच्यावर कडक कारवाई करावी; आणि जे गरीब आणि गरजू आहेत, त्यांच्याकडे सहानुभूतीने पाहावे. मोठमोठ्या उद्योजकांची लाखो रुपयांची बिले थकलेली असली तरी त्यांची वीज तोडली जात नाही. शेतकऱ्याकडे मात्र हजार-चार हजारांची थकबाकी असली तरी वीज तोडली जाते.

शेतीच्या भरघोस उत्पन्नाशिवाय देशाची सर्वांगीण प्रगती होणार नाही. काही उद्योगांनाही शेतीमालाची गरज असतेच असते. म्हणून अशी प्रगती व्हायची असेल तर वीज-पाणी हक्काने आणि योग्य दरात मिळाले पाहिजे. तसेच सूर्यप्रकाश, वारे आणि सागरलाटा यांपासूनही वीजनिर्मिती झाली पाहिजे. ती अधिक स्वस्त आणि प्रदूषणरहित असेल, यात शंका नाही.

शेतीमातीतला शाश्वत आनंद

जगद्गुरू संतश्रेष्ठ तुकाराम महाराजांनी मानवी जीवनाचे रूप आणि स्वरूप सांगताना चार शब्दांत एक चिरंतन सत्य सांगितले आहे. त्यांच्या मते, आपले जीवन कसे आहे? तर, 'सुख जवापाडे, दु:ख डोंगराएवढे' असे. म्हणजे सुख हे जवसाइतके छोटे असते आणि दु:ख डोंगराएवढे मोठे असते. माणसाला दु:खाचा साधा उच्चारदेखील नकोसा वाटतो. या उलट आपल्याला सुख भरपूर मिळावे, ते दीर्घ काळ असावे, ते जीवनातून ओसंडून जावे, साऱ्या प्रकारची सुखे मला मिळावीत, मी तृप्तपणे ती भोगावीत, अशी लालसा धरून त्याच्या प्राप्तीसाठी तो धडपडत असतो. नोकरचाकरांपासून साऱ्या सुखसोयी व विलासभोग असणारा महाल, किमती मोटारगाड्या, भरपूर शेतजमीन, सोने-चांदी आणि हिरेमाणकांनी खचाखच भरलेली कपाटे, सोन्याच्या ताटात असलेला अमृताचा घास, जाडजूड झालेले बँकबुक, अप्सरेलाही लाजवेल अशी लावण्यवती, ठेवायला जागा कमी पडावी इतके कपडे नि साड्या, अंगावर चार-सहा किलोचे दागिने, आणि नमस्कारासाठी कमरेत वाकलेले दहा-वीस लाचार लाभार्थी या साऱ्या गोष्टी म्हणजे सुखाची परमावधी अशी आपली कल्पना असते. या साऱ्या बाबी सुख देतातच; पण ते क्षणिक असते, वरवरचे असते. आणि तेच चिरंतन दु:खाला कारणीभूत ठरते. नव्हे; दु:खच सुखाचे वस्त्र पांघरून आपल्याला दंश करत असते. त्यामुळे माणसाच्या ठायी असलेली आसक्ती, वासना, वखवख, भोगेच्छा कमी होत नाही; ती अधिकच ज्वालाग्राही बनते. सौम्य झालेल्या अग्नीने चार काटक्या टाकल्यावर अधिक भडकावे, तशी आपली अवस्था या सुखांच्या साधनांनी होते. कारण ते पैसे टाकून विकत घेतलेले असते. आणि ते फक्त शरीराशी निगडित असते. आपल्या मनाशी त्यांचा काहीही संबंध नसतो. म्हणून शरीरसुखाचा पाठलाग करणारा माणूस या सुखाचीही 'शिकार' होतो आणि

जीवनाच्या अखेरीला पश्चात्ताप पावतो. 'दुःख डोंगराएवढे' असे म्हणून अश्रू गाळतो. ज्याचे मन किंवा आत्मा शाश्वत, निरामय, निष्कलंक, विशुद्ध आणि अपार्थिक सुखांनी चिंब झालेला असतो, तोच माणूस खराखुरा सुखी म्हणायला हवा. अशी माणसे ओरबाडून घेण्यात सुख मानत नाहीत; तर ते देण्यात सुख मानतात. असे निष्कलंक, निरामय, आणि चिरंतन स्वरूपाचे सुख प्राप्त करून घेण्याचे अनेक मार्ग असले तरी आपल्या शेतकऱ्यांच्या दृष्टीने मी एक सोपा मार्ग सुचवतो. तो म्हणजे, दररोज आपण पिकांनी डोलणाऱ्या शेतात सकाळी-सकाळी फेरफटका मारावा नि नाना रंगांनी नटलेला आवतीभोवतीचा निसर्ग डोळा भरून पहावा. मात्र, आपल्या शेताला भेट द्यायला जाताना एक तर रेडिओ बरोबर घेऊ नये आणि खिशातील मोबाईलही त्या वेळेपुरता बंद करून ठेवावा.

तुम्ही तुमच्या शेताच्या बांधावर जाताच ती भूमी सुगंधित वाऱ्याच्या झुळकीने, उत्साहाने तुमचे स्वागत करेल. जागे झालेले पक्षी तुमच्या स्वागतासाठी आनंदाने गाणी म्हणतील. फुललेल्या फुलाभोवती बागडणारी फूलपाखरे आनंदाने नाचतील. बांधावरच्या झाडांवर असलेली खारूताई खाली येऊन तुमचे दर्शन घेईल. पूर्वेकडून येणारी कोवळी सूर्यकिरणे केशरी ढगांच्या पायघड्यांवरून मंदपणे साऱ्या सृष्टीला स्पर्श करत वर येतील. रात्रभर ओरडणाऱ्या रातकिड्यांचा आवाज थांबलेला असेल आणि आपल्या वस्तीवर असलेले एखादे कोकरू, वासरू, कोंबडीचे पिल्लू तुमच्या आगमनाने आनंदित होऊन नाचायला लागेल. या कोकरा-वासरांची आई रवंथ करता-करता 'आला माझा धनी चारा घालायला' अशा नजरेने तुमच्याकडे पाहील.

अनवाणी पायांनी तुम्ही तुमच्या शेतात गेलात तर आधी पायाखालची भूमी स्पर्शातून एक वेगळाच संदेश देईल. खरेतर भूमी म्हणजे पीक-पाणी देणारी केवळ जमीन नव्हे; तर भूक, भय, भोग नष्ट करून संरक्षण करणारी ती एक आदिशक्ती आहे. मग त्या शेतातील पीक तुमच्याशी बोलायला लागेल. त्याला काय हवे-नको ते आपल्या पानांतून तुम्हांला सांगेल, मला खत हवे आहे, पाणी हवे आहे. थोडे पुढे जाताच एखादे नवे पान फुटलेले पाहून तुम्हांला कोण आनंद होईल. हे नवे पान म्हणजे आपल्यासाठी देवाने पाठवलेला आशीर्वाद असतो. एखाद्या वेलीला फूल आलेले असते. एखाद्या फुलातून फळ जन्माला आलेले असते. काही ठिकाणी त्याला तारुण्याचा व समृद्धीचा हिरवा रंग चढलेला असतो. एखादे फळ आपल्याला सुगंधाने 'तोडायला' सांगत असते. एखादे पीक तणामुळे आजारी पडलेले दिसते. या साऱ्यांतून आपल्याला सौंदर्याचा, आनंदाचा साक्षात्कार होतो. हा आनंद कधीही शिळा होत नाही. कधीही विरत नाही. असतो पूर्णतः आपल्याशी निगडित, आणि शाश्वत स्वरूपात नांदणारा!

सणांमधली कृतज्ञता

असे म्हटले जाते की, कोणत्याही समाजाची संस्कृती ही त्या समाजाचे एक उबदार वस्त्र असते. त्या-त्या समाजाची समृद्धी वाढवणारे आणि जगण्यासाठी बळ पुरवणारे ऊर्जाकेंद्र असते. लोकसंस्कृतीचे जे चार-पाच महत्त्वाचे घटक आहेत, त्यातून ही समृद्धी साकार होत असते. ते घटक म्हणजे सर्जन, संरक्षण, संगोपन, मनोरंजन, सहजीवन हे होत. या सहजीवनातूनच श्रमाची बचत होत असते आणि मनोरंजनाचा आनंद घेता येतो. या पाच घटकांमधूनच समाजमनाला एक प्रकारे मुक्ती मिळत असते. ही मुक्ती कशापासून मिळते? ही मुक्ती चिरेबंद असलेल्या काटेरी व्यवस्थेपासून मिळते. जीवनाला जखडून टाकणाऱ्या काळापासून असते. दैन्याने आणि दुःखाने माखलेल्या प्रतिकूल परिस्थितीतून मुक्ती असते आणि मनामध्ये दाबून ठेवलेल्या स्वप्नांच्या दास्यातून मुक्ती असते. या अशा मुक्तीसाठी लोकमानस वेगवेगळे उपाय सातत्याने शोधत असते. त्यातून मुक्तपणे तृप्त आनंदाचा आणि सहजीवनाचा आनंद घेत असे. आपले सारे सण, सोहळे, यात्रा, जत्रा, देवादिकांचे विधी यामागेही आनंद-प्राप्तीचीच भूमिका असते. त्याचबरोबर भूमीची कृतज्ञता व्यक्त करण्याचीही भूमिका असते. त्यामुळे ज्या समाजजीवनाची नाळ कृषीशी जोडलेली असते, जिथे माणसाचा घास, श्वास, आणि निवास भूमीशी बांधलेला असतो त्या समाजाचे सारे सण कृषी संस्कृतीशी निगडित असतात, हे आपण लक्षात घेतले पाहिजे.

कृषी जीवनाशी एकरूप होऊन जगणारा समाज आपल्याला धनधान्याची समृद्धी लाभावी, आपले लौकिक जीवन संकटमुक्त असावे, आपल्या श्रद्धेय आणि पूर्वापार चालत आलेल्या परंपरांचे जतन व संवर्धन व्हावे, आपल्या सामूहिक जीवनाला बळकटी यावी आणि जगण्याचा आनंदही मनापासून उपभोगता यावा, या भावनेतून हे सण-सोहळे साजरे करत असतोच; पण त्याचबरोबर त्या समाजाला प्रपंच आणि परमार्थ, देहवाद आणि ईशवाद, लौकिक आणि पारलौकिक यांचाही संगम आपल्या संसारी आयुष्याला

लाभावा, अशी भावना असते. मुख्य म्हणजे कृतज्ञता व्यक्त करण्यासाठीही आपण सण साजरे करत असतो.

कृतज्ञतेचा विषय निघाला म्हणून सांगतो, आपले अक्षय तृतीया, बैलपोळा, नव्याची पुनव आणि होळी हे सण म्हणजे आपले जीवन सुखी आणि आनंदी करणाऱ्या घटकांविषयी लोकमानसाने व्यक्त केलेली कृतज्ञताच होय. एका मुठीएवढ्या मांसल गोळ्याचे एका कर्तृत्ववान पुरुषात रूपांतर करणाऱ्या, घासातला घास खाऊ घालून प्रसंगी स्वतः उपाशी राहणाऱ्या, ऊन-वारा-उपासमार-संकटे या वेळी आपल्यावर सावली धरणाऱ्या आणि वात्सल्याचे मूर्तिमंत प्रतीक असलेल्या आपल्या मातापित्यांविषयी कृतज्ञता व्यक्त करण्यासाठी अक्षयतृतीया हा सण आपण साजरा करत असतो. या पित्यानेच आपल्याला शेतीची मशागत कशी आणि केव्हा करावी, पेरणी केव्हा करावी, कोणत्या हंगामात कोणते पीक घ्यावे, जनावरांची निगा कशी ठेवावी, आणि पीकपाण्याचे सारे ज्ञान यात शिकवलेले असते. त्यामुळेच आज आपण उत्तम शेती करत असतो.

अशीच कृतज्ञता आपण पोळ्याच्या सणाला बैलाविषयी दाखवतो. आपल्या दावणीचे बैल म्हणजे श्रमदेवतेचे निष्ठावान पुत्रच असतात. ते वर्षानुवर्षे रक्ताचे पाणी करून मातीतून सोने निर्माण करतात. आपल्याला समृद्धी बहाल करतात. अशा या थोर साथीदारांविषयी वाटणारी कृतज्ञता या पोळ्याच्या निमित्ताने व्यक्त करतो. बैलांना आपण स्नान घालतो, छानपैकी सजवतो, त्यांची मिरवणूक काढतो. पुरणपोळीचा घास भरवून त्याला अभिवादनही करतो. वर्षभर राबणारा हा बैल त्या दिवशी आपली श्रद्धेय देवता बनलेला असतो.

दिवाळीच्या पहिल्या दिवशी – वसुबारसेला आपण गायवासरांची पूजा करतो. तीही कृतज्ञतेपोटीच करत असतो. घराची श्रीमंती गायीवर अवलंबून असते. शेताची श्रीमंती तिने दिलेल्या बैलांवर अवलंबून असते, याचे विस्मरण होऊ नये म्हणून दिवाळीत आपण कृतज्ञता व्यक्त करतो. 'दिन दिन दिवाळी, गाई-म्हशी ओवाळी', अशी लोकगीते म्हणून पूर्वी या सणाला सर्व गुराढोरांना सजवले जाई. त्यांची पूजा केली जाई. घरातील लहान मुले गाईगुरांना गवताचे अलंकार घालत. म्हणजे दिवाळी हा सणही कृषिजीवनाशी निगडित असणारा सण आहे, असेच म्हणता येईल. या सणाच्या वेळी गाईगुरांनी भरलेला गोठा आणि दुधाताकाने भरलेले माठ म्हणजे शेतकऱ्यांच्या श्रीमंतीचे लक्षण मानले जात असे. त्यापोटीच दिवाळीच्या वेळी घरातील गृहिणी मातीच्या छोट्या-छोट्या बाहुल्या आणि गुरांच्या प्रतिमा तयार करून एका प्रकारे गोकुळाचे स्मरण करत असे. दिवाळीच्या शेवटच्या दिवशी दुधाचा नैवेद्य दाखवून त्यांच्याविषयी कृतज्ञता प्रकट केली जात असे. खेड्यांमध्ये आजही कमीअधिक प्रमाणात हा विधी केला जातो.

वेळा अमावास्या आणि नव्याची पुनव (पौर्णिमा) या दोन्ही दिवशी ग्रामीण माणूस आपल्याला जगवणाऱ्या, वाढवणाऱ्या भूमीची कृतज्ञता व्यक्त करत असतो. या दोन्ही दिवशी पिकाच्या रूपाने भूमीने दिलेल्या ईश्वरी प्रसादाची मनोभावे पूजा करतो. तिच्या साक्षीने, तिच्या मांडीवर तिने दिलेल्या अन्नाचा घास आधी भूमीला अर्पण करतो आणि मगच कुटुंबासह प्रसाद म्हणून सेवन करतो. नव्याची पुनव आणि आपला होळीचा सण मुळातच कृषीजीवनाशी निगडित आहे. पृथ्वी-आप-तेज-वायू-आकाश या पंचमहाभूतांच्या मिलाफाने व औदार्याने सारी सृष्टी निर्माण होत असते. भूमीने दिलेल्या अन्नाचा पहिला घास या भूमीला अर्पण करायचा आणि अग्नीने दिलेल्या सहकार्याची कृतज्ञता व्यक्त करण्यासाठीच ग्रामीण माणूस नव्याने घरी आणलेल्या धान्याचा नैवेद्य तयार करतो अन् स्वत: खाण्याआधी होळीला अर्पण करून भूमी आणि अग्नीविषयीची कृतज्ञता व्यक्त करतो.

कृतज्ञता ही मानवी जीवनाला जशी उन्नत आणि निरामय बनवते, तशीच लोक-संस्कृतीलाही श्रीमंत आणि संपन्न करत असते. ही संपन्नता आपण सणांच्या रूपाने सांभाळलेली आहे.

लेखक परिचय

प्रा. डॉ. दशरथ तायापा भोसले

एम.ए., पीएच.डी.

जन्म : ८ मे १९३५

शिक्षण : बी.ए. परीक्षेत मराठी विषयात पुणे विद्यापीठात सर्वप्रथम

: एक सुवर्णपदक आणि चार पारितोषिके, दोन शिष्यवृत्त्या प्राप्त

: एम.ए. उच्च द्वितीय श्रेणीमध्ये उत्तीर्ण

- रयत शिक्षण संस्था (सातारा) येथील विविध महाविद्यालयांत प्राध्यापक आणि मराठी विभाग प्रमुख म्हणून ३२ वर्षे शैक्षणिक सेवा; उपप्राचार्य व प्राचार्य म्हणून काही काळ सेवा
- पुणे आणि शिवाजी विद्यापीठाच्या अनेक समित्या-उपसमित्यांमध्ये चेअरमन तसेच सदस्य म्हणून कामाचा अनुभव
- ग्रामीण साहित्य परिषद, महाराष्ट्र साहित्य परिषद, साहित्य अकादमी, राज्य मराठी विकास संस्था, साहित्य संस्कृती मंडळ आणि मराठवाडा साहित्य परिषद, अध्यक्ष व वक्ता म्हणून या संस्थांनी आयोजित केलेल्या अनेक चर्चासत्रांत सहभाग
- महाराष्ट्र राज्य पाठ्यपुस्तक निर्मिती समितीत सदस्य म्हणून सक्रिय सहभाग व शासनातर्फे प्रसिद्ध झालेल्या क्रमिक पाठ्यपुस्तकांचे संपादन
- अखिल भारतीय मराठी साहित्य संमेलन आणि ग्रामीण साहित्य संमेलनामधील परिसंवादात वक्ता तसेच अध्यक्ष म्हणून सुमारे २४ वेळा सहभाग
- विविध वृत्तपत्रांच्या रविवार आवृत्तीत अनेकदा सदर-लेखन
- महाराष्ट्र लोकसाहित्य परिषदेचा अध्यक्ष व सदस्य
- सुमारे ३५ वर्षांपासून खेड्यातील मुलामुलींच्या शिक्षणासाठी भरीव आर्थिक मदत

- **प्रकाशित साहित्य :**
(१) तीन कादंबऱ्या (२) आठ कथासंग्रह (३) सहा ललितलेख संग्रह (४) पाच वैचारिक ग्रंथ (५) पाच लोकसंस्कृतीवरील ग्रंथ (६) समीक्षा, चरित्रपर सात ग्रंथ (७) वीस संपादित ग्रंथ आणि ग्रामीण बोलीचे शब्दकोश दोन भाग (८) *लोपलेल्या सुवर्णमुद्रा* या शीर्षकांचे म्हणींचे तीन संग्रह (९) अनेक नवोदितांना मार्गदर्शन, सहकार्य व उत्तेजन (१०) पुणे, मराठवाडा, बडोदा, धारवाड, नांदेड, शिवाजी, सोलापूर, अमरावती विद्यापीठांत पाठ्यपुस्तक म्हणून काही ग्रंथांचा समावेश. माध्यमिक स्तरावरील पाठ्यपुस्तकात पाठांचा समावेश. (११) काही पुस्तकांच्या हिंदी आणि इंग्लिश आवृत्या प्रसिद्ध
- *संस्कृतीच्या पाऊलखुणा* या नऊ पुरस्कारप्राप्त पुस्तकांचा मॅकमिलन प्रकाशनतर्फे इंग्लिशमध्ये Footprints of Culture अनुवाद प्रसिद्ध
- *लोकोत्तर गाडगेबाबा* या ग्रंथाला अनेक पुरस्कार
- **पुरस्कार :**
महाराष्ट्र शासन, महाराष्ट्र साहित्य परिषद, मराठवाडा साहित्य परिषद, दमाणी पुरस्कार, राजर्षी शाहू शिक्षण परिषद पुरस्कार, महर्षी वि. रा. शिंदे पुरस्कार, म. सा. प. पुणे पुरस्कार, केसरी मराठा ट्रस्ट, न. चिं. केळकर पुरस्कार, साने गुरुजी पुरस्कार, भारती विद्यापीठ पुरस्कार, इतिहास परिषद पुरस्कार, मनोरमा प्रतिष्ठान (सोलापूर) पुरस्कार असे एकूण ५८ पुरस्कार प्राप्त. पैकी १२ जीवनगौरव पुरस्कार
- लोकसंस्कृती आणि लोकसाहित्य यांचा विशेष अभ्यास
- एक अभ्यासू वक्ता म्हणून समाजमान्यता
- जिव्हाळा सेवाभावी संस्था स्थापन करून ग्रंथ प्रसार, ग्रंथ पुरस्कार, विद्यार्थ्यांना शिष्यवृत्ती, वृद्धाश्रमांना, अनाथाश्रमांना मदत, तीन वाचनालयांची स्थापना, वनीकरण व सांस्कृतिक उपक्रमांचे नियोजन, उत्कृष्ट साहित्यकृतींना सहा वर्षांपासून भरघोस पुरस्कार
- शेती आणि शेतकरी यांच्याविषयी उपजत प्रेम– जिव्हाळा. या जीवनावर भरपूर लेखन प्रसिद्ध

www.ingramcontent.com/pod-product-compliance
Lightning Source LLC
LaVergne TN
LVHW060140051026
849517LV00007B/2518
* 9 7 8 9 3 8 7 4 0 8 3 5 7 *